4개 국어 지원(한국어 · 중국어 · 베트남어 · 몽골어)

더불어 사는 세상, 다문화

다문이의 세시풍속 이야기

양민정 외 지음
이남지 그림

HUEBOOKs

『다문이의 세시풍속 이야기』를 발간하며

우리의 친구 '다문이'가 세 번째 이야기를 가지고 다시 찾아왔습니다. 이번에는 '세시풍속 이야기'입니다. '다문이'가 들려준 첫 이야기는 한국과 중국, 베트남, 몽골의 재미있는 '옛날이야기'였습니다. 두 번째로는 '관혼상제 이야기'를 통해 태어남과 결혼, 죽음과 제사에 관한 이야기를 전해 주었습니다. 이번에도 역시 네 나라 이야기입니다. '관혼상제'가 한 사람과 가족을 중심으로 한 이야기라면, '세시풍속'은 마을 공동체, 나아가 나라와 겨레가 함께 어우러지는 이야기입니다.

네 나라의 세시풍속을 살펴보았더니, 저마다 이름은 다르지만 '설날'과 '추석'에 해당하는 명절을 모두 즐겁고 성대하게 쇠고 있었습니다. 그래서 네 나라에서 가장 중요하다고 여기는 명절인 '설날'과 '추석'에 대한 이야기를 함께 살펴봤습니다. 한국과 중국, 베트남, 몽골의 설날과 추석이 어떻게 같고 다른지 재미나는 읽을거리와 다채로운 그림들로 꾸며보려고 했습니다. 아시아를 중심으로 함께 살아온 사람들이 나라마다 만들어내는 전통적인 풍속들을 비교하면서 즐겨보시면 좋겠습니다.

네 나라에는 설날과 추석 외에도 홍미로운 세시풍속들이 많이 있습니다. 사실은 너무 많아서 다 소개하지 못할 정도였습니다. 그래서 나라마다 중요한 세시풍속을 세 가지씩 따로 뽑아서 전해드리려고 합니다. 한국은 정월대보름과 단오, 동지입니다. 중국은 위안샤오지에, 칭밍지에, 뚜안우지에입니다. 베트남은 뗏도안응오, 뗏쭝응우옌, 뗏따오퀀입니다. 그리고 몽골은 망아지 인장 찍기 날, 에스기 만드는 날, 가을 17일에 대한 이야기입니다. 이 책을 읽는 어린이들이 명절 이름만 들어도 벌써 호기심이 샘솟을 것이라 짐작합니다.

엄마와 아빠, 그리고 아이들이 함께 네 나라의 이야기를, 네 나라의 언어로 동시에 읽으면서 대화의 시간을 가져보면 좋지 않을까 생각해 봅니다. 그러면 우리는 비록 비행기를 타고 그 나라에 직접 가보지 않더라도 예부터 내려오는 독특하고 재미나는 풍속이 아직도 그 나라 사람들의 삶과 함께하고 있다는 사실을 알게 될 겁니다. 다른 나라에 대한 이해심도 넓어지게 될 것임에 틀림없습니다. 엄마나 아빠가 네 나라 중 한 곳에서 오신 분이라면 엄마 아빠 나라의 문화가 더더욱 자랑스러워질 겁니다.

여러 선생님의 노고와 정성이 필요했습니다. 집필과 번역을 맡은 해당 언어권 교수님들은 물론이고, 우리말 글을 잘 다듬어 주신 박영기 선생님과 자료 수집과 교정을 맡아주신 한국외국어대학교 다문화교육원의 신승혜, 윤주한, 강소영, 이오암 연구원들도 많은 공을 들였습니다. 역시 한국외국어대학교 출판부에서 편집, 제작을 맡아서 매 회의 때마다 함께 진행해

주신 신선호 선생님, 생생하고 멋진 그림을 그려주신 이남지 작가님께도 감사의 말씀을 드립니다.

이 책을 읽게 될 어린이들이 훨씬 더 넓은 세상을 품고 살아가는, 넉넉하고 듬직한 사람으로 자라나기를 바라마지 않습니다. '다문이'는 이제 또 더 재미있고 유익한 이야기를 준비하러 가야겠습니다. 다음 이야기로 다시 만날 때까지 언제나 건강하길 빕니다. 감사합니다.

집필 책임자 양 민 정

캐릭터 소개

소향이
지훈이

차 례

한국의 세시풍속

중국의 세시풍속

베트남의 세시풍속

몽골의 세시풍속

다문이의 세시풍속 이야기

새로운 한 해를 시작하는 날

- 설
- 춘지에(春节)
- 뗏응우옌단(Tết Nguyên Đán)
- 차강사르(Цагаан сар)

새로운 한 해를 시작하는 날

🇰🇷 설 🇨🇳 춘지에(春节) 🇻🇳 뗏응우옌단(Tết Nguyên Đán) 🇲🇳 차강사르(Цагаан сар)

오늘은 일 년의 첫날인 설날이에요.
새벽부터 문 밖에서 무슨 소리가 나네요.
"복조리 사세요. 복조리 사세요."
다문이는 눈을 비비며 일어났어요. 그러자,
아차! 어젯밤 잠들지 않으려고 애써 앉아 있던 기억이 나요.
섣달 그믐날 신발을 뺏으러 온다는 야광귀를 만나려고 벼르던 일 말이에요.
'잠이 들어 버렸네. 어떡하지?'
걱정하던 다문이는 이불 속에 숨겨 놓은 자기 신발을 보고서야 안심이 되었어요.

야광귀는 자기 발에 맞는 신발이 있으면 아무 신발이나 신고 간다는데…. 어제 문 밖에 걸어 놓은 체 덕분일까요? 체의 구멍을 세다 지쳐서 옆 집 효명이네로 갔나 봐요.

다문이는 엄마가 새로 준비해 놓으신 예쁜 한복을 입고 거실로 나왔어요. 엄마는 새로 산 복조리를 한 손에 들고 계셨어요. 복조리는 쌀을 씻을 때 필요한 도구이지만 설날에 복조리를 사면 복을 긁어 담는다는 의미가 있어서 사셨나 봐요.

아빠는 한복 차림으로 엄숙하게 차례상에 향을 피우면서 조상님께 차례를 지낼 준비를 하셨어요. 다문이는 차례상에 올려진 떡국과 세찬을 보자 침이 꿀꺽 넘어갔어요. 어젯밤 야광귀 때문에 저녁을 먹는 둥 마는 둥 했거든요. 그래도 차례가 끝나고 부모님께 세배를 드리기 전까지는 참아야 해요.

'엄마가 올 설에는 떡국에 쇠고기 대신 꿩고기를 넣는다고 하셨는데, 그 맛이 어떨까? 옛날에는 꿩고기를 넣고 떡국을 끓였다고 하니 맛은 좋을 텐데…'

배에서는 꼬르륵 소리가 났지만, 새해 첫날 어른들께 세배를 먼저 드리는 게 예의니까 참아야지요.

정성껏 세배를 드리자, 아빠는

"우리 다문이, 새해에는 더욱 의젓해야지. 색동옷을 입으니 더욱 멋진걸."

덕담을 하시며 세뱃돈을 주셨어요. 신이 난 다문이는 떡국 생각도 잊어버리고, 복주머니에 세뱃돈을 넣어 자꾸만 만지작거렸어요. 떡국을 먹어야 한 살 더 먹는다는데, 다문이는 온통 복주머니에만 신경을 쓰는 듯해요.

문득 다문이는 옆집 친구인 효명이가 궁금했어요. '효명이의 신발이 없어졌으면 어떡하지? 야광귀 얘기를 해 줄 걸.' 후회가 되었어요. 그래서 효명이의 부모님께 세배도 드릴 겸 효명이네 집에 찾아가 보기로 했어요. 효명이는 엄마가 중국인이고 아빠는 한국인이어서 야광귀 이야기를 혹시 모를 수도 있을 테니까요.

"엄마, 저 효명이네 집에 다녀올게요."

"그래, 저녁에는 친척들이 오시니 일찍 와야 해. 어른들께 세배도 드리고 덕담도 들어야지."

"예, 알겠어요."

효명이네 집 문 앞엔 빨간 색종이가 붙어 있어요. 한자로 뭐라고 쓰여있네요.

"딩동, 딩동."

다문이는 효명이네 집 초인종을 조심스럽게 눌렀어요. 새해 첫날의 첫 방문이니 뭔가 새로운 느낌도 들고 이제 한 살 더 먹었으니 좀 더 어른스럽게 행동하고 싶었거든요.

효명이 어머니께서 반갑게 문을 열어 주셨어요.

"안녕하세요? 저 다문이에요. 설날이어서 세배 드리러 왔어요. 효명이랑 연도 날리려고요."

다문이는 얼른 현관 앞에 효명이의 신발이 있나 살펴보았어요.

'휴~, 신발이 있네. 야광귀가 여긴 안 왔나 봐.'

다문이는 효명이네 집 안 곳곳에 있는 붉은 천과 황금색 장식들을 보고 눈이 휘둥그레졌어요. 거기엔 '복(福)'이라는 한자가 거꾸로 붙어 있었어요. 중국어로는 '복자를 거꾸로 하다(福倒)'와 '복이 오다(福到)'의 발음이 같아서 그렇게 붙여 놓는 거래요.

효명이와 어머니 모두 중국의 전통 의상인 '치파오(旗袍)'를 입고 있었어요. 이걸 보니 중국도 새해 첫날을 특별하게 보내는 것 같네요. 빨간색 치파오를 입은 효명이의 얼굴이 정말 예뻐 보여요.

"중국에서도 설날이 중요한 명절인가 봐요. 장식도 화려하고 옷도 특별해

보여요. 그럼 세배 드릴게요."

다문이는 넙죽 엎드려 효명이의 부모님께 절을 했어요. 그러자, 효명이 어머니가 말씀하셨어요.

"중국에선 설날을 '춘지에(春节)'라고 하는데 한국에서처럼 중요한 명절로 지내요. 멀리 부모, 형제, 친척을 찾아가는 민족 대이동 행렬이 장관을 이루지요. 그래서 명절이 한 달 정도 돼요. 중국에서는 설날에 세배하는 어린이들에게 '홍바오(红包)'를 줘요. 자, 이거 받아요. 세뱃돈이에요."

다문이는 효명이 어머니가 갑자기 세뱃돈을 주셔서, 어쩔 줄을 몰라 얼굴이 빨개졌어요.

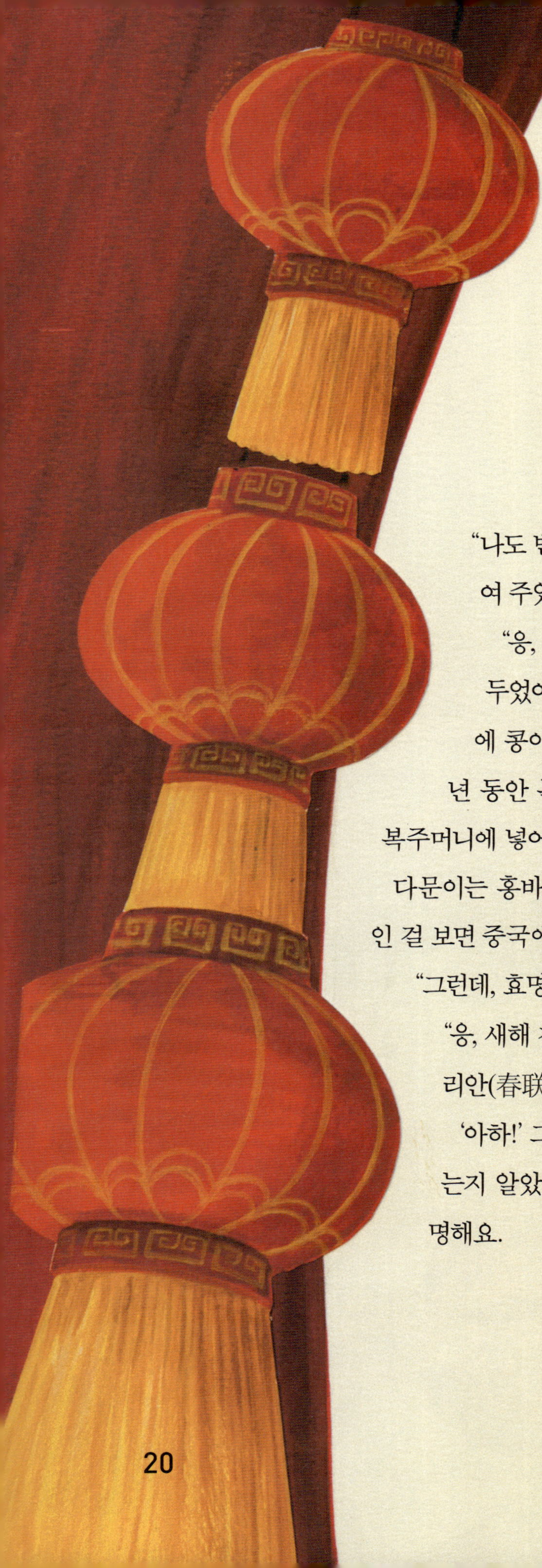

"나도 받았어. 어서 받아." 하면서 효명이가 빨간색 봉투를 보여 주었어요.

"응, 한국에서도 세뱃돈을 주시는데, 난 복주머니에 넣어 두었어. 옛날에는 설에 복을 담는다는 의미로 복주머니 안에 콩이나 곡식을 넣어 선물했대. 새해에 복주머니를 차면 일 년 동안 복을 받을 수 있다고 믿었대. 난 오늘 받은 세뱃돈을 복주머니에 넣어서 일년 내내 차고 있을 거야."

다문이는 홍바오를 조심스럽게 받았어요. 세뱃돈 봉투 역시 빨간색인 걸 보면 중국에서는 빨간색이 좋은 의미를 지니는 것이 분명해요.

"그런데, 효명아. 문밖에 붙여 놓은 종이는 뭐야?"

"응, 새해 첫날 대문에 붙여 놓으면 귀신이 못 들어온다고 해. '춘리안(春联)'이라고 하지."

'아하!' 그제서야 다문이는 효명이의 신발이 왜 없어지지 않았는지 알았어요. 이 빨간 종이 때문에 야광귀가 못 들어온 게 분명해요.

다문이는 효명이 어머니가 주신, 새알심 안에 팥, 설탕 등을 넣어 만든 '탕위안(汤圆)'을 먹고 효명이와 나가서 연날리기를 하기로 했어요. 지난번 학교에서 만든 꼬리연을 날리면 신 날 것 같아요. 연은 창호지와 대나무로 만드는데 실을 매어 바람에 날려 띄워요. 연을 아름답게 하기 위해 색을 칠하거나 그림을 그리기도 하죠.

효명이는 한 손에는 연을, 한 손에는 폭죽을 한 다발 들고 방문을 나왔어요. 그러자 효명이 어머니께서 폭죽은 안 된다고 하셨어요. 춘지에에 폭죽을 터뜨리는 것은 나쁜 귀신을 물리친다고 해서 신 나는 일이지만, 요즘 중국에서도 소음과 화재 때문에 금지하고 있다고 하셨어요.

다문이와 효명이는 연을 날리러 강가에 나가기로 했어요.

아직 날이 안 풀려서 제법 쌀쌀한데 많은 사람들이 연을 날리고 있었어요. 설날 특별 행사로 예쁘게 차려입은 언니, 누나들의 널뛰기 시합도 열리고 있고요. 남자들은 제기차기를 하고 있어요. 그 옆에서는 동네 어르신들이 윷놀이를 하고 계셨어요. 다문이와 효명이는 즐겁게 연을 날리기 시작했어요. 연은 바람 부는 대로 날아갔어요. 두 친구는 신 나게 뛰어갔어요. 그러다가 효명이의 연이 그만 다른 연과 얽히고 말았어요.

"앗, 이를 어째?"

효명이는 다른 연의 주인을 찾아 두리번거리다 깜짝 놀랐어요.

같은 반 친구인 소향이가 거기 서 있었거든요.

"소향아!"

"와, 너희들이구나. 연이 얽히고 말았네. 미안해. 어쩌지? "

"괜찮아. 원래 연에 나쁜 액을 담은 글자를 써서 띄우면 액이 나간다고 하고, 잡귀를 없애는 뜻으로 실을 끊어 날리기도 해."

"그렇구나. 그럼, 다행이고. 조금 있다가 우리 집으로 놀러 와. 난 할 일이 있어서 먼저 갈게."

소향이가 친구들을 자기 집으로 초대했어요.

소향이는 엄마가 베트남 사람인데, 설을 어떻게 보낼까요? 두 친구는 모두 궁금해 하면서 소향이네 집으로 걸어갔어요.

"지난번에 들었는데 베트남에서는 설날에 남의 집을 방문할 때 선물을 가져가곤 한다며?"

다문이가 효명이에게 말했어요.

"그래, 나도 들었어. 주로 떡, 과자, 사탕, 설탕절임 과일 등을 가져간다고 했어."

"그렇구나, 그럼 우리는 아까 간식으로 가져온 중국 사탕을 선물하면 되겠네."

다문이가 말했어요.

잠시 후 두 친구가 소향이네 집 앞으로 가자 소향이가 문밖에 서 있었어요.

"소향아, 여기서 뭐 하고 있어?"

"와, 너희들 잘 왔어. 실은 먼저 와서 너희들을 기다리고 있었지. 베트남에는 새해 첫날 손님을 맞이하는 특별한 풍속이 있어. 새해 첫날 좋은 사람이 방문해야 일년 동안 집안에 행운이 온다고 믿거든. 그래서 손님과 함께 집의 문지방을 넘는 '쏭냐(xông nhà)'를 치른단다."

"아, 그래? 그럼 우리도 동시에 문지방을 넘어가 보자."

친구들은 함께 쏭냐를 치르고 소향의 집으로 들어갔어요.

집 안으로 들어가자 작은 복숭아나무와 귤나무, 수박이 보였어요. 베트남에선 설날에 복숭아나무, 귤나무를 준비하는데 그때 가지나 열매의 모습을 보고 한 해의 길흉을 점친다고 해요. 그리고 수박을 잘라서 속이 붉게 익었으면 새해에 가족들에게 좋은 일이 생길 거라고 믿는대요.

친구들은 준비해 온 음식을 제단에 바쳤어요. 제단에는 바나나, 자몽, 귤, 망고, 람부탄 등의 과일이 있었는데 넉넉한 복을 기원하는 의미로 바치는 거래요.

다문이와 효명이가 어른들께 세배를 드리려고 하자, 소향이의 어머니가 말리셨어요.

"아니야, 베트남에선 설날에 따로 세배를 하지 않아." 하시면서 대신 빨간색 봉투를 하나씩 나누어 주셨어요.

"앗, 세배도 안 했는데 세뱃돈을 주세요?"

"응, 이 돈은 어린이들이 한 살 더 먹는 것을 축하하는 의미에서 주는 거야. '띠엔뭉뚜오이(tiền mừng tuổi)'라고 하는데 한국의 세뱃돈과 같단다."

"아까 효명이네 집에서도 빨간색 봉투를 받았는데…."

"베트남에서는 빨간색이 행운을 가져다 주는 색이라고 믿고 있어요. 중국에서도 좋은 의미인 것 같네요."

"네, 맞아요. 그런데 베트남에선 설이 어떤 의미가 있어요?"

효명이가 물었어요.

"베트남의 설인 '뗏응우옌단(Tết Nguyên Đán)'은 휴일이 적은 베트남에서 최대의 명절로 꼽혀요. 새해맞이는 보통 음력 12월 23일부터 시작되는데, 무려 2주일이나 계속 되지요. 이렇게 긴 이유는 지난 한 해를 잘 마무리하고 다가

올 새해를 부족함 없이 준비하기 위해서예요. 한국과 달리 1년 내내 농사일을 하기 때문에 이때 모두들 음식을 나누고 쉬면서 조상들에게 새해 인사를 하는 의미가 담겨 있어요. 자, 그럼 베트남의 설 음식인 '바인쯩(Bánh chưng)'을 좀 먹어 볼래요?"

바인쯩은 바나나 나뭇잎 위에 찹쌀을 깔고 그 안에 돼지고기와 녹두 등을 넣어 네모 모양으로 잘 싸서 찐 떡인데, 네모 모양은 백성과 땅을 상징한다고 해요. 정말 맛이 좋았어요.

그때 다문이가 반에서 가장 친한 친구인 지훈이와도 같이 놀고 싶다고 말했어요. 그래서 모두 지훈이네 집을 찾아가 보기로 했어요.

지훈이의 집에는 친척들이 많이 와 있었어요. 지훈이의 어머니는 몽골의 전통의상인 '우스테이 델(үстэй дээл)'을 입고 계셨어요. 지훈이의 어머니는 몽골 사람이고 아버지는 한국 사람인데, 설날에 특별한 옷을 입고 있는 것을 보니 몽골도 이날을 명절로 지내나 봐요.

지훈이의 어머니는 우리들의 볼에 뽀뽀해 주셨어요. 몽골에서는 아랫사람이 팔을 내밀면 윗사람이 자기의 팔을 아랫사람의 팔에 포개면서 뽀뽀해 줘요. 이 인사법은 몽골의 새해 인사로 '절고흐(золгох)'라고 한대요. 또, 코담배 병을 주고받으면서 하는 인사법도 있다고 해요. 서로 상대방의 코담배 병과 바꿔서 향을 맡은 후 다시 바꾸는 거래요. 몽골의 새해 인사는 독특하고 참 재미있는 것 같아요.

"몽골에도 한국의 설날 같은 것이 있어요?" 다문이가 지훈이의 어머니께 여쭤보았어요.

"그럼요, 몽골에서는 설날을 '차강사르(цагаан сар)'라고 불러요. 그 단어의 의미는 '흰색의

달'이라는 뜻인데 몽골에서 흰색은 신성함, 희망 등을 상징해요. 무엇보다 가장 중요한 의미는 한 해를 흰색처럼 깨끗하게 시작하자는 거예요."

옆에 있던 지훈이가 '차강이데(цагаан идээ)'란 흰색 우유 같은 것을 먹으라고 주었어요. 차강이데는 한 해가 깨끗하고 평안하길 기원하며 먹어요. 그리고 지훈이의 어머니가 양고기를 넣은 만두 '보쯔(бууз)'를 주셨어요. 보쯔를 만들 때에는 하나의 보쯔에만 동전을 살짝 넣어 두는데 이 동전이 든 보쯔를 먹는 사람은 새해에 운이 좋을 거라고 믿어요.

"몽골의 차강사르에는 흰색 음식을 많이 먹네. 한국도 설날이 되면 흰 떡국을 먹는 것으로 시작하는데…."

다문이가 말했어요.

"설날 흰색 음식을 많이 먹는 이유는 순수하고 때 묻지 않은 새해 첫날을 기리는 의미가 있어. 네 말을 듣고 보니, 한국에서 흰 떡국을 먹는 것과 비슷한 의미네."

지훈이가 대답했어요.

차강이데와 보쯔를 다 먹자 지훈이가 차강사르에 아이들이 하는 놀이인 '샤가니쓸라흐(шагай няслах)'를 가르쳐 준다고 했어요. 한국의 주사위 놀이 같은 거예요. '샤가(동물의 복사뼈)'의 네 면에 몽골의 5대 가축 중에 염소를 뺀 말, 소, 낙타, 양의 이름을 붙인 거예요. 샤가를 공중에 던졌다가 떨어졌을 때 보이는 면의 동물을 따는 놀이인데, 양을 많이 따면 그 해에 양이 새끼를 많이 낳아 부자가 된다고 믿어요.

먼저 지훈이가 샤가를 던져 보았어요. 양

이 나왔네요.

"나도, 나도."

다문이가 던져 보았어요. 낙타가 나왔어요. 효명이, 소향이 모두 소가 나왔어요. 한국의 주사위엔 동그라미만 그려져 있는데 이렇게 동물들이 나오니 점점 재밌어지네요. 모두 세 번씩 던져 보았는데 지훈이는 세 번 모두 양을 땄어요. 아무래도 지훈이가 제일 부자가 될 것 같아요.

다문, 효명, 소향, 지훈 네 친구가 함께 둘러앉아 '샤가니 쓸라흐' 놀이를 하며 오늘 하루를 보낸 일을 생각했어요. 설날은 친구들이 사는 나라 한국에만 있는 명절이 아니었어요. 한국, 중국, 베트남, 몽골 모든 나라에서 새로운 한 해를 맞이하는 날로 의미가 큰 것 같아요.

C H I N A

春节

新一年的开始

今天是一年的第一天, 也就是春节。

清晨开始, 大门外传来了什么声音。

“请买福笊篱, 请买福笊篱。”

多文揉揉眼睛起床了。

起床后, 多文想起了昨晚为了不睡觉而受的苦。

这是因为传说腊月三十那天晚上, 夜光鬼会来偷鞋, 多文昨晚一心想见到夜光鬼。

“睡着了, 怎么办呢?”

多文看到藏在被子里的鞋就放心了。

多亏昨天晚上外面放着我的鞋, 夜光鬼穿着我的别的鞋走了,

夜光鬼穿过门孔去旁边的晓明家了吧。

随后, 多文看到镜子中的自己, 吓了一跳。

“妈妈, 妈妈, 看看我的眼眉, 变白了。爸爸, 爸爸!”

多文说着说着“呜呜”的哭了起来。

多文穿着妈妈给他新买的漂亮的韩服来到了客厅, 妈妈手里拿着新买的福笊篱。笊篱是用来洗米的工具, 人们春节买福笊篱希望盛装许多的福气。

爸爸也穿上了韩服, 严肃地点燃了祭祀桌上的香, 准备祭祖。多文看着茶礼桌上摆着的年糕汤和年饭直咽口水。昨晚因为夜光鬼没有睡好觉。即便那样, 茶礼结束后, 直到向父母行礼, 也应该一直忍着。

“妈妈说今年春节的年糕汤里, 没有放牛肉, 而放了野鸡肉, 味道怎么样? 以前, 人们说放野鸡肉的年糕汤味道鲜美…”

肚子发出了咕噜噜的声音, 新年第一天向祖父母和父母行礼是一种礼节, 一定要忍忍。

来给我们拜年吧，爸爸说。

“我们多文新的一年要更加的懂事，听话，努力学习。穿着绸缎韩服更帅气啦!”

爸爸说了新年对多文的寄语，还给了多文压岁钱。多文十分高兴，甚至忘记了年糕汤的事。口袋里装着压岁钱，多文时时惦记着，还常摸口袋看钱在不在。吃年糕汤表示着又长大了一岁，多文好像整个心思都在他那装压岁钱的口袋里。

忽然多文想起了邻居家的朋友晓明。

“晓明的鞋子没了的话怎么样? 告诉他夜光鬼的故事吧。”

因此多文决定去晓明家看看，也正好给晓明的爸爸妈妈拜年。晓明的妈妈是中国人，爸爸是韩国人，可能不知道夜光鬼的故事。

“妈妈，我去晓明家了。”

“好，晚上亲戚们要来，早点回来啊。要给长辈们拜年，还要听长辈们的新年祝福。”

“嗯，知道啦!”

晓明家的门上贴着红纸，上面还写着字。

“叮咚，叮咚”

多文小心地按下晓明家的门铃，新年第一天来晓明家做客有种新的感觉，长大了一岁，一举一动要像大人一样。

晓明妈妈高兴地开了门，多文一进门就在玄关门那仔细地找着晓明的鞋。

“啊，鞋子在啊! 看来夜光鬼没来这。”

多文瞪着圆圆的眼睛看着晓明家里红色的布和黄色的饰品们。那“福”字怎么倒贴着呢。汉语里“福倒”和“福到”的发音相似，人们取“福到”之意，就把“福”字倒过来贴。

晓明和妈妈都穿着中国的传统服饰"旗袍"。看来中国也十分重视新年的第一天。穿着红色旗袍的晓明看起来真漂亮!

"在中国，春节也是一个非常重要的节日。不仅穿特色服装，还要把家里布置得喜气洋洋。我是来给叔叔阿姨拜年的。"多文给晓明的爸爸妈妈行礼拜年。

"中国称'설날'为春节，与韩国一样，把春节作为一个重要的节日来过。过春节一般持续一个多月，是家人，亲朋好友互相走访问候团聚的日子。同时，孩子们拜年可以得到红包。来，拿着红包。"

晓明妈妈说。

晓明的妈妈没说新年寄语直接把压岁钱给了多文，多文见到这个情形脸红了。

"我也收压岁钱了，快收下。"

晓明一边说着，一边把红色的装有压岁钱的信封（红包）给了多文。

"嗯嗯，韩国春节也给压岁钱，我把它放在我的福口袋里。"以前春节的时候，人们借用盛福之意，在福口袋里放豆类或是谷物来做礼物。因为人们认为新年福口袋里装得满满的话，一年里就会有福气。我把今天收到的压岁钱都放在福口袋里了，装满一年的福气。"

多文小心地接过红包，红包也是红色的，显然在中国红色有好的意思。

"晓明，门外贴的红色的纸是什么?"

"嗯，新年的第一天在门上贴红纸，这样是为了不让鬼神进来。那叫做春联。"

"原来如此!"难怪晓明的鞋还在。因为这红纸所以鬼神才进不来。

多文吃了晓明妈妈给的汤圆，汤圆里有红豆和糖。吃了汤圆晓明和多文一起出去放风筝。他们准备放上次在学校做的那个鹞鱼风筝，十分开心。风筝是由窗户纸和竹子做成的，再用线串起来，借助风力飞。如果想让风筝更好看的话，可以涂色或者在上面画画。

多文一手拿着风筝，一手拿着爆竹出了门。晓明的

妈妈说不许玩爆竹。在中国春节的时候，放炮竹时的爆炸声音可以吓退坏的鬼神，是一件高兴的事情，但是最近在大城市放爆竹的噪音和由此引起的火灾，使很多地方禁止放爆竹，所以一定要小心啊!

多文和晓明一起来到江边放风筝。

天气还没暖和起来，仍然有些寒冷，可是有好多人在放风筝。在春节这个特别的日子里，穿着漂亮衣服的女孩子们展开了跳翘翘板比赛，男孩子们踢着毽子。旁边的老年人们正在进行着翻板子游戏（投骰游戏）。多文和晓明认认真真地开始放风筝了，风筝随风飞了起来。他们两个人开心地跑着。放着放着，晓明说他们的风筝和别的风筝缠在一起了。

"啊，这可怎么呢?" 晓明找到那个风筝的主人，一看吓了一跳。

他们班的朋友素香站在那。

"素香!"

"是你们啊，风筝缠在一起了，对不起，不好意思。"

"没关系，如果风筝缠上厄运飞起来的话就表示厄运没了，赶走牛鬼蛇神，就把线剪断，让风筝飞走。"

"那一会来我们家玩吧。我有点事先回去了。"

素香请朋友们来自己家玩。素香的妈妈是越南人，她家的春节是怎么过的呢? 两位朋友很好奇，一同走着去素香家。

"上次我听说，越南人过春节时，去别人家做客要带礼物的。"

多文对晓明说。

"是，我也听说过，一般人们带些饼干、糖果、酒、果酱和年糕等礼物。"

"那我们就把刚才拿的中国糖做礼物送给素香就可以了吧。" 多文说。

不一会儿，两个人就到了素香家，素香站在门外。

"素香，你在这做什么呢?"

"你们来了!我先回来就是要在家门口迎接你们。在越南新年的第一天，有挑选客人的特别风俗。第一天好的人来访问象征一年有好的运气。还要跨过门槛。"

"啊，是吗? 那我们也试着跨过门槛。"

朋友们一起跨过门槛进了素香家。

进了房间里面，就看到了小的桃树、桔子树和西瓜。在越南，春节是准备桃树和桔子树，看着树枝和果实的样子，预示一年内吉祥如意。切开西瓜，里面红色的话就意味着新的一年里，家里有喜事。

朋友们准备带来的礼物放到了祭礼桌上。祭礼桌上有香蕉、西柚、桔子、芒果、番荔枝等水果，希望一年里福禄满满。

我们给长辈拜年吧。

素香的妈妈说，“不用不用，在越南，春节不给年长者拜年。”边说着，分给每个人一个红包。

“不拜年也给压岁钱？”

“嗯，这个压岁钱是为了祝贺孩子们又长大了一岁。叫做‘Tien Mung Tuoi’，跟韩国的压岁钱一样。”

“和中国很像，也用红色的纸包着。”

“在越南，人们认为红色是带来好运的颜色。中国好像也有这样的意思。”

“是的。那在越南春节有什么意义呢？”晓明问。

“越南的春节‘Tet Nguyen Dan’对越南人来说是一个很有意义的节日。对假期很少的越南人而言，可以算是最大的节日了。春节一般是从阴历12月23号开始，持续两个星期。时间长是因为人们为新年做准备。和韩国不同的是，越南人一年里都在耕种，春节时他们就停下工作休息，祭祀祖先。越南春节时吃的食物叫‘年糕’，你们尝尝吧？”

年糕就是玄米里放入煮熟的猪肉和绿豆，再用香蕉叶子包成四方状，最后形成四方状的年糕，四方象征百姓和大地。真是太好吃了！

多文说想和班里最好的朋友志勋一起玩，所以朋友们决定去志勋家。

志勋家里来了许多亲戚。志勋的妈妈穿着蒙古传统的服装“蒙古袍”。志勋的妈妈是蒙古人，爸爸是韩国人，志勋的妈妈穿着蒙古传统服装，这么看来，春节在蒙古也是一个十分特别的节日。

志勋的妈妈亲了亲孩子们的脸。长辈伸出胳膊，把胳膊叠着在晚辈的胳膊上亲吻晚辈。这种问候的方式是蒙古的拜年方式叫做“zolgoh”。还有，互交换相鼻烟壶的问候方式。双方交换鼻烟壶，闻闻对方的鼻烟壶的香气，然后再给对方。蒙古的拜年方式真是独特有意思。

多文问志勋的妈妈，"蒙古也有韩国春节这样的节日吗?"

"是的，蒙古的春节叫'白月节(蒙古春节的名称)'。这个词语的意思是'白色的月亮'，在蒙古白色象征着'神圣'和'希望'等。最重要的意义是一年如同白色一样干干净净的开始。"

志勋在一旁拿出白色的像牛奶一样的"马奶酒"(tsagaan idee)，让大家吃。春节吃马奶酒这种乳制品，人们希望一年里洁净平安。志勋还让大家吃用羊肉做成的饺子"buzz"。做这个食物时，人们常常在馅里放铜版，吃到放铜版的"buzz"的人一年就会有好的运气。

"蒙古过春节时，吃很多白色的事物。在韩国春节也是从吃年糕开始的。"多文说。

"春节多吃白色事物的理由是希望一年里简单没有烦恼。听了你的话，这些食物跟韩国的白色年糕很相似。"志勋回答说。

朋友们一边吃着蒙古春节时吃的好吃的，志勋教朋友们玩蒙古春节时的要玩的游戏"嘎啦哈"。这个游戏跟韩国的掷色子游戏一样。"嘎啦哈(动物腹骨)"的四个面分别起名为蒙古的五大家畜中的马、牛、骆驼和羊。把嘎啦哈扔向空中，然后下落的时候要接住看到的那个面的动物，如果接到很多的羊，就意味着一年里会收获许多的小羊羔，成为富人，是一个让人们开心快乐的游戏。

志勋先玩了起来，羊出来了。

"我也要试试，让我玩玩。"

多文也扔起了嘎啦哈，出现了骆驼。晓明、素香玩的时候都出现了牛。韩国的掷色子游戏只画着圆，这样动物们出现更有意思。掷了三次，志勋的都是羊。志勋是最有钱的人!

多文、晓明、素香和志勋四位朋友围坐在一起，玩着"嘎啦卡"，想着今天一天发生的事情。春节不仅仅是这些朋友们所生活着的韩国的传统节日，也是中国、越南、蒙古这些国家为了迎接新年而具有重要意义的日子。

Tết Nguyên Đán

Ngày bắt đầu của một năm mới

Hôm nay là ngày Tết ngày đầu tiên của một năm.

Từ sáng sớm ngoài cửa đã vang lên tiếng rao.

"Mua thìa rơm đôi đi. Mua thìa rơm đôi đi".

Đamun dụi mắt và tỉnh dậy. Chà, nó nhớ rằng tối qua nó không định ngủ và đã ngồi mệt nhọc.

Nó định chờ gặp quỷ dạ quang sẽ đến để lấy giầy vào ngày cuối năm.

'Mình ngủ mất tiêu. Làm thế nào đây?'

Đamun nhìn thấy giầy của mình giấu trong chăn nên thấy yên tâm.

Nếu có đôi giầy vừa với chân mình thì quỷ dạ quang đã xỏ bất cứ đôi nào và đi rồi nhưng mà nhờ cái đấu mà hôm qua nó đã đi ra treo ngoài cửa, hẳn là nó đếm lỗ trên cái đấu phát mệt nên xem chừng đã đi sang nhà Hyo Myong ở bên cạnh rồi.

Đamun mặc Han-bok đẹp mà mẹ vừa mới chuẩn bị và ra phòng nghỉ ngơi. Mẹ một tay cầm đôi thìa rơm mới mua. Thìa vo gạo là một dụng cụ cần thiết khi vo gạo nhưng nếu vào ngày tết mua thìa rơm đôi thì điều đó sẽ có nghĩa là có được nhiều phúc nên mẹ đã mua nó.

Bố cũng mặc Han-bok và vừa nghiêm trọng thắp hương trên bàn cúng tổ tiên vừa chuẩn bị cúng bái tổ tiên. Đamun đã nhìn thức ăn đãi khách và Ttok-cuc dâng lên bàn cúng tổ tiên mà nuốt nước bọt ừng ực. Đêm qua vì quỷ dạ quang mà nó hầu như chả ăn được gì. Dù thế thì nó vẫn phải chịu đứng đến khi lễ cúng kết thúc và trước khi nó chúc mừng năm mới bố mẹ.

'Mẹ đã nói rằng đã cho thịt gà lôi thay cho thịt bò vào Ttok-cuc năm nay, vị đó thế nào nhỉ? Mẹ nói rằng từ xưa nấu Ttok-cuc mà cho thịt gà lôi vào thì ngon lắm…'

Bụng nó kêu ọt ọt nhưng vào ngày đầu tiên năm mới việc cúi lạy chúc mừng năm mới trước đối với người lớn là lễ nghĩa thì mình phải chịu thôi chứ.

Hãy cúi lạy chúc mừng năm mới thật thành tâm nào, bố nói "Đamun của chúng ta, năm mới con phải trưởng thành hơn nữa nhé. Con mặc áo khoác tay sọc nhiều màu nên trông xinh hơn nhiều đấy" và đưa cho nó tiền mừng năm mới. Đamun vui mừng quên khuấy cả việc ăn Ttok-cuc và để tiền mừng năm mới vào túi may mắn rồi thỉnh thoảng lại sờ vào đó. Ăn Ttok-cuc nghĩa là thêm một tuổi, nhưng dường như tinh thần của Đamun toàn bộ đều ở cái túi may mắn.

Một cách bất ngờ Đamun lo lắng cho Hyo Myong, người bạn cạnh nhà. Nó hối hận 'Nếu giầy của Hyo Myong biến mất thì phải làm sao? Mình sẽ nói cho bạn ý chuyện quỷ dạ quang.' Như vậy Vì cũng phải sang chúc mừng năm mới bố mẹ Hyo Myong nên Đamun quyết định tìm sang nhà Hyo Myong ở bênh cạnh. Mẹ Hyo Myong là người Trung Quốc và bố là người Hàn Quốc nên có thể bạn ý không biết chuyện quỷ dạ quang.

"Mẹ ơi, con đi chơi đến nhà Hyo Myong về nhé."

"Ừ, nhưng con phải về sớm vì tối nay bà con đến thăm. Con phải cúi lạy chúc mừng năm mới va nghe những lời thiện chí chứ."

"Dạ, con biết rồi ạ."

Ở cửa nhà Hyo Myong có dán tờ giấy màu đỏ. Trên đó có viết gì đó bằng chữ Hán.

"Ting tong, ting tong."

Đamun nhấn chuông cửa nhà Hyo Myong một cách cẩn thận. Là lần đầu tới thăm nhà của ngày đầu năm mới nên có cảm giác có gì đó mới mẻ và bây giờ nó đã thêm một tuổi rồi nên nó muốn hành động sao cho người lớn hơn nữa.

Mẹ của Hyo Myong vui vẻ mở cửa.

"Chào cô, cháu là Đamun. Nân dịp ngày Tết, cháu đến cúi lạy chúc mừng năm mới, cô. "

Đamun nhanh chóng xem ở cạnh cửa xem giầy của Hyo Myong có còn không.

'Phù, giầy vẫn còn. Xem ra quỷ dạ quang đã không đến đây.'

Đamun mắt mở to ngạc nhiên nhìn những đồ trang sức màu vàng và những tấm lụa đỏ treo trang trí khắp nơi trong nhà Hyo Myong. Ở đó, có chữ Hán 'Phúc(福)' được dán lọn ngược. Tiếng Trung là những câu có nghĩa như là 'Phúc lâm môn' và 'Phúc tới' nên được treo lên như vậy.

Hyo Myong và mẹ đều mặc trang phục truyền thống của người Trung Quốc là 'xường sám'. Vậy có lẽ ở Trung Quốc cũng coi ngày đầu năm mới là một ngày đặc biệt. Khuôn mặt của Hyo Myong mặc xường sám đỏ thật sự rất xinh đẹp.

"Ngày Tết ở Trung Quốc có vẻ là một ngày lễ quan trọng. Đồ trang sức sáng chói và quần áo cũng thấy đặc biệt ạ. Vậy cháu chúc mừng năm mới nhé." Đamun cúi người xuống và quỳ lạy bố mẹ của Hyo Myong. Sau đó,

Mẹ của Hyo Myong nói rằng "Ở Trung Quốc ngày Tết gọi là 'Chunjie' và cũng là một ngày lễ quan trọng giống như ở Hàn Quốc. Trong thời gian nhiều như hơn một tháng, cuộc diễu hành đến thăm bố mẹ, anh em và bà con tạo ra một cuộc đại di trú của dân tộc có khoảng cách dài và có một cuộc trình diễn đầy ấn tượng. Và ngày Tết chúng ta đưa hồng bao cho những trẻ em chúc mừng năm mới. Nào, cháu nhận cái này đi. Là tiền mừng tuổi."

Hyo Myong đỏ mặt không nhận vì mẹ của Hyo Myong không nói những câu thiện chí mà lập tức đưa tiền mừng năm mới thôi. "Mình cũng nhận rồi. Cậu mau nhận đi" Hyo Myong vừa nói vừa cho bạn xem cái phong bao mầu đỏ của mình.

"Ừ, ở Hàn Quốc cũng đưa tiền mừng năm mới. Mình đã để vào túi may mắn rồi. Ngày xưa vào dịp Tết để mang lại may mắn người ta đã tặng nhau ngũ cốc hoặc hạt đậu để trong túi may mắn. Vì họ tin rằng nếu vào năm mới túi may mắn mà đầy thì cả một năm có thể nhận được may mắn. Hôm nay mình đã để tiền mừng năm mới nhận được vào đó nên năm nay mình sẽ đầy may mắn."

Hyo Myong cẩn thận nhận chiếc phong bao màu đỏ. Màu phong bao mừng năm mới là màu đỏ nên rõ ràng ở Trung Quốc màu đỏ mang nghĩa tốt.

"Tuy nhiên, Hyo Myong à. Tờ giấy dán ngoài cửa là gì vậy?"

"À, nếu dán trên cửa vào ngày đầu năm mới thì ma quỷ sẽ không thể vào được. Nó gọi là Chun-Liên." "À há! " Giờ thì Đamun biết tại sao giầy của Hyo Myong không biến mất rồi. Rõ ràng vì tờ giấy màu đỏ đó mà quỷ dạ quang không thể vào được.

Đamun ăn "Thang-Uy-An" mà mẹ của Hyo Myong làm có nhân đậu đỏ, đường và quyết định cùng với Hyo Myong ra ngoài thả diều. Nếu thử thả diều đuôi dài làm lần trước ở trường chắc là sẽ vui lắm. Diều làm từ giấy Chang-Ho-Ji và cây tre nhưng buộc lại bằng chỉ nên dễ dàng gặp gió bay lên. Để làm được một con diều đẹp thì phải sơn màu lên hoặc là vẽ tranh lên diều.

Hyo Myong một tay cầm diều, một tay cầm một bó pháo bông và đi ra khỏi cửa. Tuy nhiên mẹ của Hyo Myong nói rằng không được chơi pháo bông. Mẹ Hyo Myong nói rằng đốt pháo bông là một việc vui vì coi như xua đuổi quỷ xấu nhưng gần đây tại thành phố lớn ở Trung Quốc lại gây ra ầm ĩ và hỏa hoạn nên đã bị cấm.

Đamun và Hyo Myong quyết định đi ra bờ sông để thả diều. Trời vẫn chưa ấm lên và còn khá lạnh nhưng nhiều người đang đi thả diều. Là một sự viện đặc biệt trong dịp Tết, trò chơi

nhảy bập bênh mà các chị gái mặc áo đẹp chơi cũng được tổ chức. Những đàn ông đang chơi Dê-Ghi-Cha-Ghi. Bên cạnh những cụ già trong làng đang chơi Yut-No-Ri. Đamun và Hyo Myong thả diều một cách tích cực. Diều gặp gió bay lên một cách vui vẻ. Hai người bạn đang chạy rất vui thì diều của Hyo Myong cuộn vào với diều khác và bị rối.

"Á, sao thế nhỉ?" Hyo Myong nhìn quanh tìm chủ nhân của con diều khác và ngạc nhiên. Bởi vì So Hyang, bạn cùng lớp của họ đang đứng ở đó.

"So Hyang à!"

"Woa, ra là các bạn. Diều bị vướng vào nhau rối mất rồi. Mình xin lỗi. Làm sao giờ?"

"Không sao đâu. Người ta nói vốn dĩ trên diều có vận xấu nên nếu bay lên thì vận xấu sẽ bay đi, và vì họ quyết định thả diều bằng sợi chỉ với nghĩa làm quái vật biến mất

"Vậy chút nữa đến nhà mình chơi đi. Mình có việc nên phải đi trước."

So Hyang đã mời các bạn đến nhà mình.

Mẹ của So Hyang là người Việt Nam, vậy Tết sẽ như thế nào nhỉ? Hai người bạn đều tò mò nên đã đi bộ tới nhà của So Hyang.

"Lần trước mình đã nghe rằng ở Việt Nam nếu đến thăm nhà người khác vào dịp năm mới thì phải mang theo quà?" Đamun nói với Hyo Myong.

"Đúng rồi, mình cũng có nghe nói. Chủ yếu là mang tặng những thứ như là bánh, kẹo, rượu, mứt, Ttok v.v..."

"Ra vậy, chúng mình tặng keo Trung Quốc mang theo làm đồ ăn nhẹ lúc nãy là được nhỉ." Đamun nói.

Một lúc sau hai người đã đến trước nhà So Hyang và thấy So Hyang đang đứng ngoài cửa.

"So Hyang à, bạn làm gì ở đây vậy."

"À, các bạn đến đúng lúc lắm. Thật ra mình đi trước để đợi các bạn đấy. Ở Việt Nam có phong tục đặc biệt chọn vị khách ngày đầu năm mới. Vì chúng mình tin rằng người tốt đầu năm tới thăm nhà sẽ mang lại may mắn. Cho nên mình cũng đến trước và chờ thôi. Trẻ em cùng bước qua cửa nhà gọi là Xông nhà."

"À, vậy à? Vậy chúng mình cùng bước qua cửa nào."

Các bạn cùng nhau xông nhà và đi vào nhà của So Hyang.

Vừa vào trong nhà đã nhìn thấy cây đào, cây quất và dưa hấu. Ở Việt Nam thường chuẩn bị cây đào, cây quất vì người ta nói rằng khi đó nhìn hình dáng của quả hoặc là cây có thể nói lên vận mệnh của một năm. Khi cắt ra dưa hấu, nếu nó chín mau đỏ, thì người ta tin rằng gia đình sẽ có việc tốt đẹp trong năm mới.

Các bạn bày lên bàn thờ đồ ăn mà mình đã chuẩn bị mang đến. Trên bàn thờ có ngũ quả như chuối, bưởi, quýt, xoài, chôm chôm với ý nghĩa mong cho phúc tràn trề.

Những đứa trẻ định cúi lạy chúc mừng năm mới với người lớn thì mẹ của So Hyang ngăn lại.

Bà nói "Không, ở Việt Nam không cần cúi lạy chúc mừng năm mới với người lớn," thay vào đó chia cho mỗi đứa một phong bao màu đỏ.

"Á, không cúi lạy mà vẫn được tiền mừng năm mới ạ?"

"Ừ, tiền này đưa với ỹ nghĩa mừng cho việc các cháu lớn thêm một tuổi, nó gọi là 'tiền mừng tuổi,' cũng giống với tiền mừng năm mới ở Hàn Quốc."

"Vừa rồi cháu đã nhân phong bao màu đỏ ở nhà Hyo Myong rồi mà..."

"Ở Việt Nam tin rằng màu đỏ là màu đem lại may mắn. Ở Trung Quốc cũng là nghĩa tốt thì phải."

"Vâng, đúng rồi. Tuy nhiên ở Việt Nam ngày Tết có ý nghĩa như thế nào ạ?" Hyo Myong hỏi.

"Tết nguyên dán, ngày Tết của Việt Nam là một ngày lễ có ý nghĩa quan trọng nhất đối với người Việt Nam. Ở Việt Nam ít ngày nghỉ nên Tết được tính là một ngày lễ lớn nhất. Đúng với năm mới thường bắt đầu từ 23 tháng 12 âm lịch, kéo dài liên tục trong 2 tuần lễ. Lý do kỳ nghỉ dài như vậy là để hoàn thành một năm cũ qua đi và để chuẩn bị không thiếu sót gì cho một năm mới sắp tới. Khác với Hàn Quốc, trong 1 năm chúng ta làm việc nông nên khi Tết đến mọi người đều vừa ăn uống và nghỉ lễ vừa thăm hỏi năm mới với tổ tiên.Nào, vậy mấy đứa ăn thử món 'Bánh Chưng' thức ăn ngày tết của Việt Nam nhé?"

Bánh chưng là loại bánh mà ngoài là gạo nếp, trong là nhân thịt lợn và đậu xanh, được gói thành hình vuông với lá chuối, hình vuông tượng trưng cho bách tính và đất. Vị thật là ngon.

Khi đó Đamun nói là muốn cùng chơi với Ji Hun, người bạn thân nhất lớp. Vì vậy mọi người cùng quyết định sẽ đến nhà người bạn đó.

Rất nhiều họ hàng cũng đã đến nhà của Ji Hun. Mẹ của Ji Hun đang mặc 'Usudadeel' đồ truyền thống của người Mông Cổ. Mẹ Ji Hun là người Mông Cổ, bố là người Hàn Quốc, nhưng bà đang mặc quần áo đặc biệt cho ngày tết nên có vẻ ở mông cổ cũng coi ngày này là ngày lễ.

Mẹ của Ji Hun hôn vào má của lũ trẻ. Trong trường hợp của người lớn thì nếu người dưới cầm tay thì người trên vừa đặt tay của mình lên tay của người dưới vừa hôn. Cách chào hỏi này là cách chào hỏi trong năm mới của người Mông Cổ, gọi là Zolgoh. Ngoài ra, cũng có cách chào hỏi là đưa và nhận chai thuốc lá bột. Hai người cùng trao đổi chai thuốc lá

bột, sau khi ngửi thử và cảm nhận mùi hương thì họ sẽ đổi lại cho nhau. Cách chào hỏi của Mông Cổ thật là thú vị.

"Ở Mông Cổ cũng có ngày tết giống của Hàn Quốc chứ ạ?" Đamun hỏi mẹ của Ji Hun.

"Đúng vậy, ở Mông cổ người ta gọi tết là 'Tsagaan Sar'. Từ đó với nghĩa là 'tháng Trắng', màu trắng biểu tượng cho 'hy vọng', 'sự linh thiêng' ở Mông Cổ. Ý nghĩa quan trọng hơn cả đó là việc bắt đầu một năm mới như một màu trắng."

Ji Hun ở bên cạnh đưa và bảo các bạn ăn một thứ giống như sữa màu trắng gọi là 'Tsagaan Idee'. Người Mông Cổ uống Tsagaan Idee để cầu nguyện cho một năm an bình và sạch sẽ. Cậu còn đưa các bạn ăn thử loại bánh bao gọi là 'Buzz'. Khi làm Buzz thì duy nhất trong một bánh buzz người ta đặt một đồng xu. Người ta tin rằng người nào ăn được bánh Buzz có đồng xu trong năm mới sẽ gặp may mắn.

"Tết Tsagaan Sar ăn nhiều thức ăn màu trắng nhỉ. Vào ngày Tết người Hàn Quốc bắt đầu bằng cách ăn Ttok-Cuc màu trắng …" Đamun nói.

"Ừ, lý do ăn nhiều thức ăn màu trắng ngày tết có ý nghĩa rằng chúc mừng ngày đầu năm mới trong sáng và không bị vấy bẩn. Nghe cậu nói như vậy thì uống Tsagaan Idee có ý nghĩa giống như người Hàn Quốc ăn Ttok-Cuc màu trắng " Ji Hun trả lời.

Khi ăn xong Buzz và Tsagaan Idee, Ji Hun dạy các bạn trò chơi ngày tết Tsagaan Sar gọi là 'Saagani Sullahu'. Giống với trò chơi xúc sắc của Hàn Quốc. Trên mặt của 4 cái 'Saaga (xương mô phỏng của động vật)' có tên của ngựa, bò, lạc đà, cừu trong 5 loại gia súc của Mông Cổ. Là trò chơi khi ném Saaga lên rồi rơi xuống trong không khí sẽ thấy được mặt của động vật, người ta chơi và tin rằng nếu ném được nhiều cừu thì năm đó cừu sẽ sinh nhiều cừu con đến mức trở thành triệu phú.

Ji Hun tung thử Saaga trước. Tung được cừu.

"Tớ nữa, tớ nữa" Đamun thử tung. Tung được lạc đà. Hyo Myong và So Hyang đều tung được bò. Con xúc sắc của Hàn Quốc chỉ vẽ có hình tròn nhưng trò này có hình động vật nên dần dần trở nên rất thú vị. Tất cả đều tung thử 3 lần và Ji Hun đều tung được cừu. Vậy nên có lẽ Ji Hun sẽ trở thành triệu phú.

Đamun, Hyo Myong, So Hyang, Ji Hun bốn người cùng nhau quây quần ngồi chơi trò 'Saagani Sullahu' vừa nghĩ đã trả qua một ngày hôm nay. Tết không phải ngày lễ chỉ có ở Hàn Quốc nơi các bạn đang sống. Tại tất cả các quốc gia Mông Cổ, Việt Nam, Trung Quốc, Hàn Quốc đều có ý nghĩa như là một ngày chào đón một năm mới.

Цагаан сар

Шинэ он эхэлж буй анхны өдөр

Өнөөдөр шинэ оны анхны өдөр болох цагаан сарын шинийн нэгэн.

Өглөө эртээс эхлэн гаднаас "бугжури аваарай бугжури аваарай" гэж хэн нэгний хашгирах дуу сонсогдоно.

Дамүн нүдээ нухлан бослоо. Гэтэл,

Өө нээрэн, өчигдөр шөнө унтахгүй гэж хичээн сууж байснаа саналаа.

Хаврын эхэн сарын битүүний шөнө гутал булаахаар ирдэг, харанхуйд гэрэлтдэг чөтгөрийг ирэхийг харах гэж хүлээж байсан юмсан.

"Нам унтаж орхижээ. Яана аа?"

Дамүн хөнжил дотроо нуусан гутлаа байгааг хараад сая нэг тайвширлаа.

Шөнө гэрэлтдэг чөтгөр хөлдөө таарах гутал л байвал ямар ч хамаагүй гутлыг өмсөөд явчихдаг гэсэн. Өчигдөр хаалганы гадна өлгөж орхисон шүүрэн шанаганы тус юм болов уу? Шүүрэн шанаганы нүхийг тоолж баралгүй манай хөрш Хюумёных руу явчихсан бололтой.

Дамүн ээжийнхээ авч өгсөн шинэ ханбугийг өмсөөд зочны өрөө рүүгээ орж ирлээ. Ээж нь шинээр худалдаж авсан бугжури гартаа барьчихсан зогсож байна. Бугжури нь цагаан будааг угаахад хэрэглэдэг зүйл боловч цагаан сараар худалдаж авбал буян хишиг дalladag гэдэг болохоор шинийг худалдаж авсан бололтой.

Аав ч бас ханбуг өмсөн хүндэтгэлтэйгээр тахилын ширээн дээр хүж асаан өвөг дээдэстээ тахил өргөхөд бэлдэж байлаа. Дамүн тахилын ширээн дээр өрсөн зоогийг хараад шүлсээ залгилаа. Өчигдөр орой харанхуйд гэрэлтдэг чөтгөрийн тухай сонсоод оройн хоолоо хагас дутуу идсэн болсон. Гэхдээ тахилын ёслол дуусаад аав ээждээ шинэ оны мэнд хүргэж мэндчилэх хүртэл хүлээх хэрэгтэй л дээ.

"Ээж энэ удаагийн баяраар ддогтой шөлөндөө үхрийн махны оронд гургуулын мах хийсэн гэсэн, ямар сайхан амттай байх бол оо? Эрт дээр үед гургуулын махаар шөл хийдэг байсан гэсэн, тэгэхээр их амттай байж таарна даа...".

Гэдэс нь хэчнээн хоржигнож байсан ч шинэ оны анхны өдөр эхлээд ахмад хүмүүстэйгээ шинэ оны мэнд мэдэн мэндчилдэг ёстой болохоор жаахан тэсэхээс дээ.

Хичээнгүйлэн мэхийн ёсолбол аав нь:

“Дамүн минь, шинэ ондоо бүр том болоорой” гэж хэлээд “Сэгдун өмссөн чинь их сайхан харагдаж байна” гээд сэбэдун хэмээн мөнгө өглөө. Баярлаж хөөрсөн Дамүн шөл идэхээ ч мартаж орхиод бугжүмонид аавынхаа өгсөн мөнгийг хийгээд гараараа тэмтэрч сууна. Ддогтой шөл идэж байж нэг нас нэмдэг гэдэг дээ. Гэтэл Дамүн бугжүмонидээ хамаг анхаарлаа хандуулчихсан бололтой.

Дамүн гэнэт хөрш зэргэлдээ амьдардаг найз Хюумёныгаа саналаа. “Хюумёны гутал нь алга болчихсон байвал яана аа! Харанхуйд гэрэлтдэг чөтгөрийн тухай хэлж өгдөг байж.” гэж харамслаа. Тэгээд Хюумёны аав ээжтэй нь ч бас мэндчилэхээр Хюумёны гэрт очихоор шийдлээ. Хюумёны ээж нь хятад, аав нь солонгос хүн болохоор харанхуйд гэрэлтдэг чөтгөрийн тухай мэдэхгүй байж магадгүй шүү.

“-Ээж ээ, би Хюумёны гэрт оччихоод ирье.”

“-Тэг дээ, гэхдээ орой хамаатнууд маань ирэх учраас эрт ирээрэй. Настангуудтай мэндчилж ерөөл сонсох хэрэгтэй шүү дээ.”

“-Тэгнэ ээ, ээж ээ.”

Хюумёны гэрийн үүдэнд наасан улаан өнгөтэй цаасан дээр ханзаар ямар нэгэн юм бичсэн байлаа.

“Дин дун, дин дун.”

Дамүн Хюумёны гэрийн хаалганы хонхыг болгоомжтой дарлаа. Энэ нь шинэ оны анхны өдөр айлчилж байгаа болохоор ч тэр үү бүх зүйл шинэ санагдаж бас одоо нэг нас нэмсэн болохоор илүү томоожсон мэт санагдаж үйл хөдлөлдөө хянамгай хандах гэснийх байлаа.

Хюумёны ээж нь хаалгаа онгойлгон дотноор мэндэллээ.

“Сайн байна уу, Би Дамүн байна. Цагаан сарын өдөр болохоор золгохоор ирлээ. ”

Дамүн хаалганы хажууд Хюумёны гутал байгаа эсэхийг ажиглатал,

“Ашгүй, гутал нь байна. Харанхуйд гэрэлтдэг чөтгөр энд ирээгүй бололтой.”

Дамүн Хюумёны гэр доторх эргэн тойрон чимэглэсэн улаан өнгийн тууз болон алтлаг өнгөтэй чимэглэлийг хараад ихэд гайхлаа. Чимэглэл дээр нь “(хишиг буян)”гэсэн ханз үсгийг эсрэгээр нь биччихсэн байна. Хятадаар “(хишиг буян)” үсгийг эсрэгээр бичих болон “буян хишиг ирэх” нь дуудлага нь ижил болохоор тэгж бичиж өлгөдөг гэнэ.

Хюумён ээжтэйгээ хоёулаа хятад үндэсний хувцас болох “Чипау” өмссөн байв. Үүнээс харахад Хятадад ч бас шинэ оныг угтан тусгайлан баяр тэмдэглэдэг байх нь. Улаан өнгийн чипау нь Хюумёнд их сайхан зохижээ.

“Хятадад ч бас энэ баяр их чухал уламжлалт баяр байх нь ээ. Гоё гоё чимэглэлүүд өлгөөд бас тусгай хувцас өмсөөд л. Би шинэ оны мэнд мэдэн мэндчилье.” Дамүн Хюумёны аав ээжид мэхийн ёсоллоо. Хюумёны ээж нь ,

“Хятадад бас чүнжиэ гэдэг баярыг Солонгос шиг чухал уламжлалт баяр болгон тэмдэглэдэг. Нэг сараас илүү урт хугацаагаар хол газар байгаа эцэг эх, ах дүү, хамаатандаа очиж золгодог болохоор хаа сайгүй хөл хөдөлгөөн ихтэй байдаг. Бас энэ баяраар хүүхэд багачуудад хунбау-г өгдөг. Дамүндаа ч бас өгөлгүй яахав. Хунбауны мөнгө шүү.” гэж хэлэв.

Дамүн Хюумёны ээжийг ерөөл хэлэхгүйгээр шууд өөрт нь мөнгө өгөхөөр нь авсангүй нүүр нь улайж орхилоо.

“Солонгост ч бас мөнгө өгдөг л дөө. Би даллагын уутандаа хийчихсэн байгаа. Дээр үед буян хишиг дууддаг гэсэн утгаар бугжүмони уутанд вандуй юм уу будаа тариа хийгээд бэлэглэдэг байсан гэсэн. Шинэ ондоо зүүвэл тухайн жилдээ хишиг буянтай байдаг гэж ярилцдаг байсан гэнэ лээ. Би өнөөдөр хүмүүсийн өгсөн мөнгийг цуглуулж хийгээд жилийн турш зүүж явна аа.”

Дамүн улаан өнгийн дугтуйг ичингүйрэн авлаа. Цагаан сарын мөнгө хийж өгдөг уут нь хүртэл улаан өнгөтэй байхыг бодвол хятадад улаан өнгө сайн сайхныг бэлгэддэг байх нь ээ.

-Хюумён аа, танай гэрийн үүдэнд наалттай байгаа цаас ямар учиртай юм бэ?

-Аан, шинэ оны анхны өдөр гаднах хаалган дээрээ цаас наавал чөтгөр тойроод өнгөрдөг гэж ярьдаг гэсэн. Чүннён гэдэг гэнэ лээ.

“Аан, Дамүн сая л Хюумёны гутал яагаад алга болоогүйг ойлголоо. Энэ улаан цааснаас айгаад харанхуйд гэрэлтдэг чөтгөр орж ирж чадаагүй байж таарна.” гэж....

Дамүн Хюумёны ээжийн хийж өгсөн сэалшим гэдэг дотор улаан шош, элсэн чихэр зэргийг хольж хийдэг ‘танвиан’-ийг идээд Хюумёнтай хамт гадаа гарч цаасан шувуу нисгэхээр явлаа. Өмнө нь сургууль дээрээ хийсэн цаасан шувуугаа нисгэвэл их сайхан байх байх даа. Цаасан шувууг муутуу цаас болон хулс модоор хийгээд утсаар уяж салхинд хийсгэн хөөргөдөг. Цаасан шувуугаа өнгө өнгөөр будаж бас дээр нь зураг ч зурж болно.

Хюумён нэг гартаа цаасан шувуугаа, нөгөө гартаа цаасан пуужин бариад гэрээсээ гарах гэтэл ээж нь “Болохгүй!” гэлээ. Хятадад цагаан сарын үеэр цэцэгт пуужин тавих нь муу ёрын чөтгөрийг үргээдэг гэж хэлдэг боловч орчин үед хот газар чимээ шуугиан их гаргадаг бас гал алдах аюултай болохоор хориглосон байгаа гэж хэллээ.

Дамүн Хюумён хоёр цаасан шувуугаа нисгэхээр голын эрэг рүү явлаа.

Цаг арай дулаарах болоогүй тул хүйтэн өдөр байсан боловч цаасан шувуу нисгэж байгаа хүмүүс олон байлаа. Өнөөдөр онцгой тэмдэглэлт өдөр учир дэгжин хувцаслан гоёсон эгч нар нолддүйги дээр үсрэн наадаж байна. Эрэгтэй хүүхдүүд тэвэг өшиглөцгөөж харин эмээ өвөө нар юүднури тоглож байна. Дамүн Хюумён хоёр цаасан шувуугаа хөөргөж эхэллээ. Цаасан шувуу нь салхины чигийг даган хөөрч эхэллээ. Тэд ч бас цаасан шувуугаа даган гүйлээ. Гэтэл Хюумёны цаасан шувуу өөр нэг цаасан шувууны утастай орооцолдож орхилоо.

“Өө, одоо яана аа?” Хюумён орооцолдсон цаасан шувууг нисгэж байгаа хүүхдийг хараад гайхлаа.

Манай ангийн Сухян тэр цаасан шувууг нисгэсэн хүүхэд байлаа.

-Сухян аа!

-Хөөх та хоёр бас энд ирчихсэн юм уу? Бидний цаасан шувуу орооцолдож орхилоо яана аа!

-Санаа зоволтгүй ээ. Цаасан шувуун дээр муу муухай зүйлсээс гэтэлгэж өгөөч гэж хүслээ бичээд хийсгэвэл муу муухай зүйлээс гэтэлгэж, муу ёрын чөтгөрүүдийг үргээдэг учраас цаасан шувуугаа муу муухай зүйлийг авч одог хэмээн утсыг нь таслан сул хийсгэж орхидог гэдэг шүү дээ.

-Тийм үү, та хоёр жаахан байж байгаад манай гэрт бас зочлоорой. Би түрүүлээд харьж байя.

Сухян найзуудаа гэртээ урилаа.

Сухяны ээж нь вьетнам хүн гэсэн, тэгэхээр цагаан сарыг яаж тэмдэглэдэг юм бол? гэж сонирхон Дамүн Хюумён хоёр Сухяны гэрт очихоор явлаа.

“Вьетнамд цагаан сарын үеэр айлд зочлохдоо бэлэг авч очдог гэсэн биз дээ?” гэж Дамүн Хюумёнаас асуулаа.

-Нээрэн тийм гэсэн шүү. Жигнэмэг юм уу чихэр эсвэл архи, жимсний чанамал ддог бас бэлэглэдэг гэсэн.

-Тийм үү, тэгвэл хоёулаа гэрээсээ авчирсан хятад чихрээ бэлгэнд өгье гэж Дамүн хэллээ.

Тэд төд удалгүй Сухяны гэрийн гадаа хүрч очвол Сухян гэрийнхээ үүдэнд зогсож байлаа.

-Сухян аа, чи яагаад гэрийнхээ гадаа зогсож байгаа юм бэ?

-Ашгүй, та хоёр хүрээд ирэв үү. Вьетнамд шинэ оны анхны өдөр анхны зочноо урихдаа шилж сонгодог заншилтай. Шинэ оны анхны өдөр анх зочилж байгаа зочин нь сайн хүн байвал аз хийморьтой байдаг гэдэг. Тийм болохоор би түрүүлж ирчихээд та хоёрыг хүлээж байсан юм. Хүүхдүүд гэрийн босгоор давахдаа суння гэдэг ёслол үйлддэг уламжлал байдаг.

-Тийм үү? Бид ч бас гэрийн босгоор давах ёслолыг хийж үзэцгээе.

Тэд хамтдаа суння ёслолыг үйлдээд Сухяны гэрт орлоо.

Гэрт ортол тоор жимсний мод болон бэрсүүт жүржийн мод бас тарвас тавьсан харагдав. Вьетнамд цагаан сараар тоор жимсний мод, бэрсүүт жүржийн модыг тавьдаг нь жимсний модны навч мөчир болон жимсний хэлбэр байдлаар тухайн жилийн өнгийг шинждэг уламжлалтай ажээ. Тарвасыг дундуур нь хуваахад сайн боловсорсон байвал шинэ ондоо тэр айл сайн сайхан байх болно гэж бэлгэшээдэг гэнэ.

Дамүн Хюумён хоёр авч ирсэн бэлгээ тахилын ширээн дээр нь тавилаа. Тахилын ширээн дээр гадил, үзмэн жүрж, бэрсүүт жүрж, амро жимс, рамбүтан зэрэг жимснүүдийг өрж тавьбал элбэг дэлбэг байхыг бэлгэддэг гэнэ.

Дамүн Хюумён хоёр мэндчилэн ёслох гэтэл Сухяны ээж нь:

-Зүгээр дээ, вьетнамд цагаан сараар томчуул настай хүмүүст мэндчилж мөргөдөггүй гээд улаан өнгийн дугтуй тэдэнд өглөө.

-Мэндчилж золгоогүй байтал мөнгө өгдөг хэрэг үү?

-Тийм ээ, хүүхдүүдэд нэг нас нэмж том болж байгаад баяр хүргэж мөнгө өгдөг. Ддиэн мүн Дүи гэдэг юм. Солонгост цагаан сараар мөнгө өгдөгтэй адил утгатай.

-Хюумёных ч бас улаан өнгийн дугтуйд мөнгө хийж өгсөн шүү дээ.

-Вьетнамчууд улаан өнгийг аз хийморийн өнгө гэж бэлгэшээдэг. Хятадад ч бас улаан өнгө сайн сайхныг бэлгэддэг байх нь ээ.

-Тийм ээ. Вьетнамд цагаан сар ямар утга учиртай баяр вэ? гэж Хюумён асуулаа.

-Вьетнамын цагаан сарыг "Ддэт ынүендан" гэдэг. Энэ баяр нь вьетнамчуудын хувьд хамгийн том уламжлалт баяр нь бөгөөд Вьетнамд хамгийн чухал баярт тооцогддог. Шинэ оныг ихэвчлэн билгийн тооллын 12-р сарын 23-наас тэмдэглэж эхэлдэг бөгөөд хоёр долоо хоног орчим үргэлжилдэг. Учир нь хуучин оноо үдэж, шинэ оноо элбэг дэлбэг угтан авахаар бэлтгэхийн тулд ийм урт хугацаагаар тэмдэглэдэг. Вьетнамчууд жилийн турш тасралтгүй тариалангийн ажил эрхэлдэг учраас энэ баяраар бүгд хоол ундаа сайтар бэлтгэж амрангаа өвөг дээдэстээ шинэ оныг угтан ёсолдог баяр байгаа юм. За тэгвэл одоо вьетнамд цагаан сараар иддэг баинжжин идэж үзэх үү?

Баинжжин нь наанги цагаан будаан дотор гахайн мах, ногоон буурцаг зэргийг хийж гадил жимсний модны навчинд дөрвөлжин хэлбэртэй болгон ороож жигнэсэн ддог бөгөөд дөрвөн өнцөгтийн хэлбэр нь ард түмэн, газар шороог бэлгэддэг. Баинжжин үнэхээр сайхан амттай байлаа.

Дамүн ангийнхаа хамгийн сайн найз болох Жихүнийд бас очиж тоглоцгооё гэлээ. Тэгээд бүгдээрээ Жихүний гэрт очихоор явлаа.

Жихүний гэрт олон хамаатан садан нь ирчихсэн байлаа. Жихүний ээж нь монгол үндэсний хувцас болох "үстэй дээл" өмссөн байв. Жихүний ээж нь монгол, аав нь солонгос хүн л дээ. Жихүний ээж онцгой хувцас өмссөн байхыг бодвол Монголд ч бас энэ өдрийг тэмдэглэн өнгөрүүлдэг бололтой.

Жихүний ээж бидний хацар дээр үнслээ. Насаар ахмад хүнтэй золгохдоо насаар залуу хүн нь ахмад хүнийхээ тохойг доороос нь түшин хацраа өгч үнсүүлдэг. Ингэж мэндчилэх ёсыг монгол хэлээр “золгох” гэдэг гэнэ. Бас хамрын тамхи хийдэг “хөөрөг” гэдэг зүйлийг зөрүүлэн мэндчилдэг ёс ч байдаг гэнэ. Энэ нь хөөргөө хоорондоо зөрүүлэн солилцож үнэрлээд буцааж өгдөг ёс юм. Монголын шинэ оны мэндчилэх ёс нь их өвөрмөц бас сонирхолтой байдаг юм байна.

-Монголд ч бас Солонгосын солнал-тай ижил баяр байдаг уу? гэж Дамүн Жихүний ээжээс асуулаа.

-Тийм ээ, Монголд солнал-ыг “цагаан сар” гэдэг. Цагаан сар нь “цагаан өнгөтэй сар” гэсэн утгатай бөгөөд монголчууд цагаан өнгөөр “ариун” буюу “ итгэл найдвар” зэргийг бэлгэддэг гэдэг. Тиймээс шинэ оноо цагаан өнгө шиг цэвэр сайхнаар эхэлцгээе гэсэн утгатай.

Жихүн тэднийг “цагаан идээ” гэж нэрлэдэг цагаан өнгөтэй сүү шиг зүйлээр дайллаа. Цагаан идээ нь шинэ оноо гэгээлэг өөдрөг амар амгалан байхыг бэлгэдэн иддэг сүүгээр хийсэн идээний зүйл билээ. Бас хонины махтай бууз гэдэг хоолыг ч идэж үзээээрэй гэлээ. Буузыг хийхдээ ганцхан буузан дотор л зоосон мөнгийг хийдэг бөгөөд зоостой буузыг идсэн хүн шинэ ондоо аз хиймортой байна гэж бэлгэшээдэг ажээ.

-Монголд цагаан сараар цагаан өнгийн идээг иддэг юм байна шүү дээ. Солонгост ч бас солнал аар цагаан өнгийн ддоггүг шөлийг хамгийн түрүүнд иддэг шүү дээ .... гэж Дамүн хэллээ.

-Солналаар цагаан хоол иддэгийн учир нь ариун цагаан, хиргүй тунгалаг шинэ оныг бэлгэдсэн утгатай. Дамүний хэлснээр Солонгосын солналаар цагаан өнгийн ддог иддэгтэй ижил төстэй бэлгэдэлтэй байх нь ээ гэж Жихүн хэллээ.

Цагаан идээ, буузыг идэж үзээд Жихүн цагаан сараар наадаг наадгай болох “шагай няслах” ыг тэдэнд зааж өгье гэлээ. Солонгосын шоо хаяхтай ижил төстэй наадгайг хэлдэг бөгөөд амьтны шагайн ясны дөрвөн талыг монголын таван хошуу малын нэрээр нэрлэсэн наадгай бөгөөд хонь их буувал тухайн жилдээ хонь элбэг төллөж баян болно хэмээн бэлгэшээдэг ажээ.

Жихүн эхлээд тэдэнд шагай хаяхыг зааж өглөө. Жихүнд хонь буужээ.

-Би ч бас тоглож үзье гэж Дамүн хэллээ. Дамүнд тэмээ буужээ. Хюумён, Сухян хоёрт ямаа буужээ. Солонгост хэрэглэдэг шоон дээр дугуй тэмдэг л зурсан байдаг бол харин ингэж амьтны нэрээр нэрлэн тоглодог нь сонирхолтой байлаа. Тэд ээлжлэн гурав гурван удаа шагай хаяж Жихүн бүх хонийг авлаа. Жихүн хамгийн баян болжээ.

Дамүн, Хюумён, Сухян, Жихүн дөрөв тойрч суугаад “шагай няслах” гэдэг наадгайгаар наадаж байна. Цагаан сар нь тэдний амьдран суугаа Солонгост төдийгүй Хятад, Вьетнам, Монголд ч бас шинэ оноо угтан тэмдэглэн өнгөрүүлдэг өдөр учраас их утга учиртай баяр юм гэдгийг мэддэг боллоо.

다문이의 세시풍속 이야기

풍성한 수확을 감사하는 날

- 추석
- 쭝치우지에(中秋节)
- 뗏쭝투(Tết Trung Thu)
- 나담(Наадам)

풍성한 수확을 감사하는 날

추석 | 쭝치우지에(中秋节) | 뗏쭝투(Tết Trung Thu) | 나담(Наадам)

둥근 달이 떴습니다.

친구들이 강강술래를 합니다.

강강술래
강강술래
전라도의 수영은 강강술래
우리장군 대첩지라 강강술래
장군의 높은 공은 강강술래
천추만대 빛날세라 강강술래

강강술래는 추석날 밤에 추는 춤이에요. 여자들의 추석 명절놀이지요. 동산에 보름달이 뜨면 마당에 모여서 서로 손을 잡고 커다란 원을 만들어 빙글빙글 돌면서 함께 춤을 추는 거예요.

오늘은 다문이와 효명이, 소향이, 지훈이가 모두 모여서 함께 춤을 추어요.

"어엇, 박자를 맞추어야지."

뒤뚱뒤뚱하면서 다문이가 말했어요.

"그래, 천천히…."

강강술래는 한 친구만 빨리 돌면 안 돼요. 다른 친구와 맞잡은 손을 놓칠 수 있으니까요. 속으로 박자를 세면서 천천히 돌아야 해요.

원래 강강술래는 왜적이 쳐들어왔을 때 이순신 장군이 생각해 낸 춤이에요. 당시 조선의 군사들은 왜적보다 숫자가 적었기 때문에, 이순신 장군이 마을 여인들에게 군사의 옷을 입히고 빙빙 돌면서 노래를 부르도록 했대요. 그러자 이들을 군사로 여긴 왜적들이 겁에 질려 도망갔다고 해요.

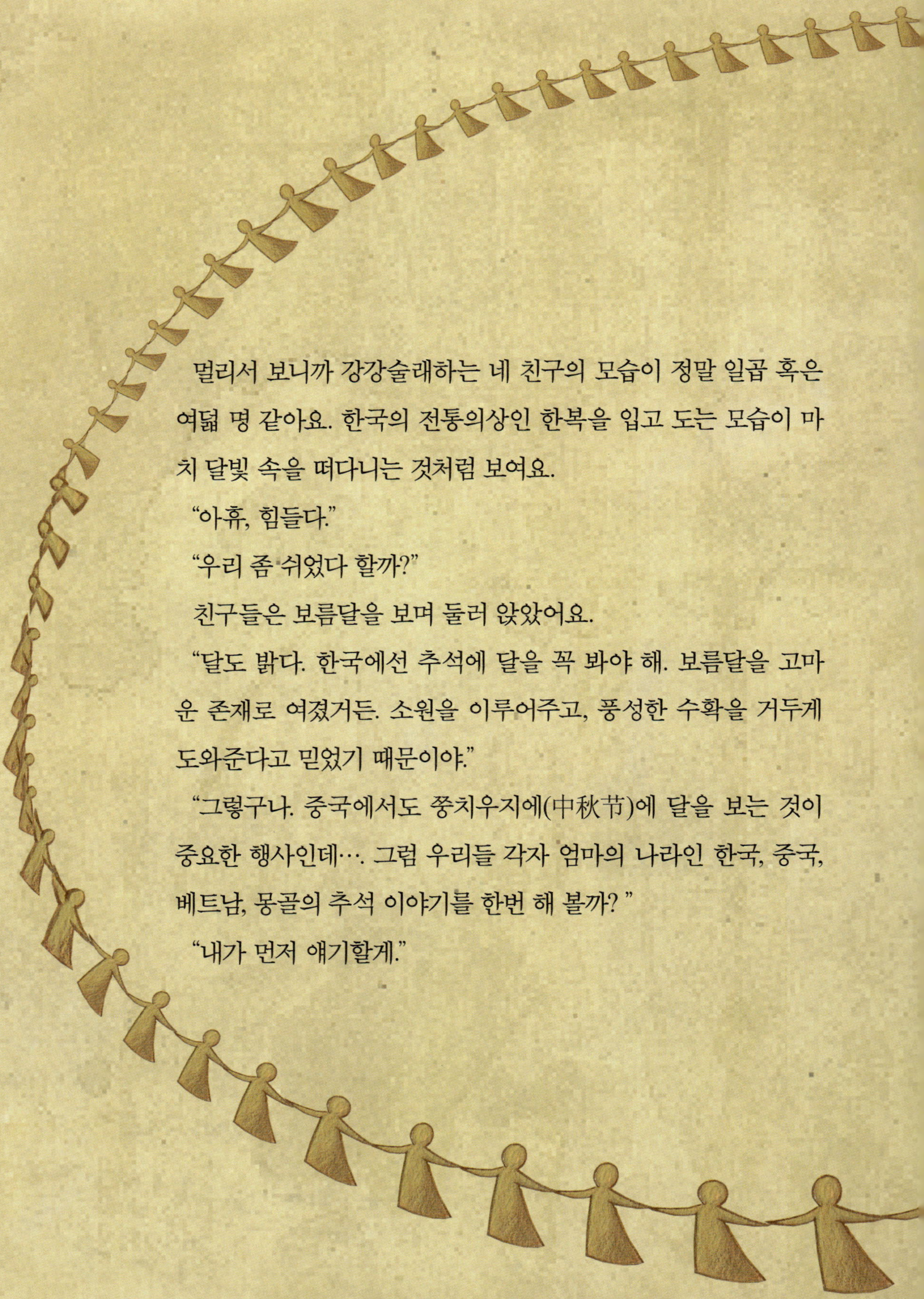

멀리서 보니까 강강술래하는 네 친구의 모습이 정말 일곱 혹은 여덟 명 같아요. 한국의 전통의상인 한복을 입고 도는 모습이 마치 달빛 속을 떠다니는 것처럼 보여요.

"아휴, 힘들다."

"우리 좀 쉬었다 할까?"

친구들은 보름달을 보며 둘러 앉았어요.

"달도 밝다. 한국에선 추석에 달을 꼭 봐야 해. 보름달을 고마운 존재로 여겼거든. 소원을 이루어주고, 풍성한 수확을 거두게 도와준다고 믿었기 때문이야."

"그렇구나. 중국에서도 쭝치우지에(中秋节)에 달을 보는 것이 중요한 행사인데…. 그럼 우리들 각자 엄마의 나라인 한국, 중국, 베트남, 몽골의 추석 이야기를 한번 해 볼까? "

"내가 먼저 얘기할게."

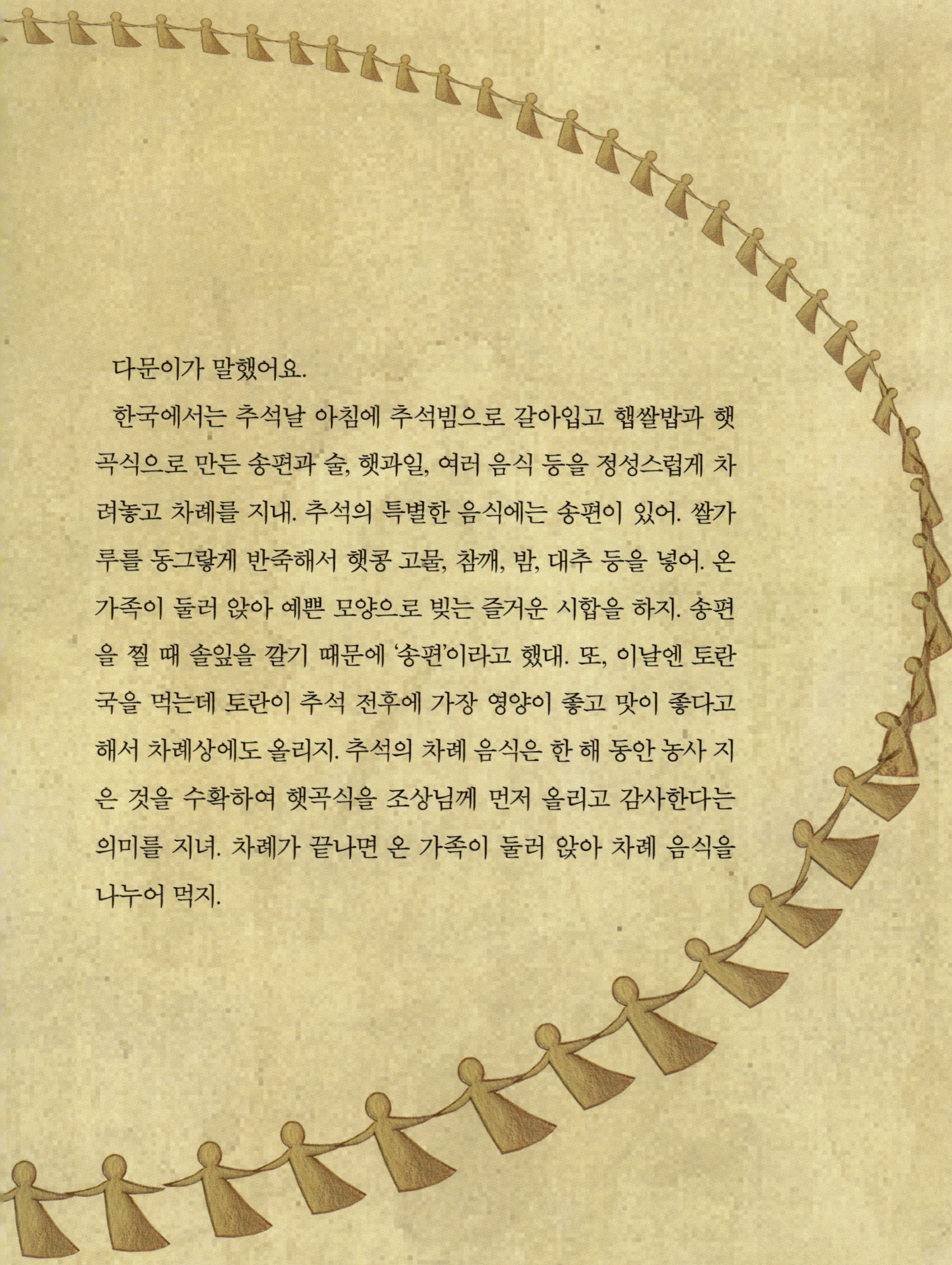

다문이가 말했어요.

한국에서는 추석날 아침에 추석빔으로 갈아입고 햅쌀밥과 햇곡식으로 만든 송편과 술, 햇과일, 여러 음식 등을 정성스럽게 차려놓고 차례를 지내. 추석의 특별한 음식에는 송편이 있어. 쌀가루를 동그랗게 반죽해서 햇콩 고물, 참깨, 밤, 대추 등을 넣어. 온 가족이 둘러 앉아 예쁜 모양으로 빚는 즐거운 시합을 하지. 송편을 찔 때 솔잎을 깔기 때문에 '송편'이라고 했대. 또, 이날엔 토란국을 먹는데 토란이 추석 전후에 가장 영양이 좋고 맛이 좋다고 해서 차례상에도 올리지. 추석의 차례 음식은 한 해 동안 농사 지은 것을 수확하여 햇곡식을 조상님께 먼저 올리고 감사한다는 의미를 지녀. 차례가 끝나면 온 가족이 둘러 앉아 차례 음식을 나누어 먹지.

식사를 마치면 조상의 산소에 가서 성묘를 하는데, 추석이 되기 전에 미리 산소에 가서 벌초를 해 놔야 해. 무덤을 잘 돌보는 것이 조상에 대한 예의라고 여기니까.

그런데 추석 전날 저녁에 아이들이 밭에 가서 발가벗고 나이 수대로 밭고랑을 기었대. 재미있지 않아? 이렇게 하면 그해 밭농사도 잘 되고 몸에 부스럼이 나지 않는다고 해.

어른들은 '소놀이'를 해. 추석날 농민들이 마을을 돌면서 하는 놀이야. 멍석에 두 사람이 들어가서 앞사람은 방망이를 두 개 들어 소의 뿔처럼 만들고, 뒷사람은 새끼줄을 늘어뜨려 소의 꼬리처럼 만드는 거야. 그래서 마치 한 마리 소처럼 농악대를 앞세우고 이집 저집 찾아다니지. 일행을 맞이한 집에서는 음식을 대접하고 마당에서 풍물을 치고 춤을 추면서 즐겼어.

또, 이날에는 마을 사람들이 모두 모여 줄다리기를 하는데, 한 해 농사가 잘 될지를 점치는 농경의례의 하나야. 줄은 암줄과 수줄로 이루어지는데 암줄이 이기면 그해는 풍년이 든다고 생각했대.

"와, 한국의 추석은 정말 풍성하고 다양한 음식과 놀이가 있구나. 의미도 깊고."

지훈이가 말했어요.

"그럼 누가 다음 이야기를 이어 갈까?"

"내가, 내가!"

효명이가 번쩍 손을 들었어요.

중국에선 오늘 우리처럼 달을 보며 '쭝치우지에(中秋节)'를 보내. 한국과 중국의 추석 풍습엔 비슷한 점이 많은 것 같아. 중국에서는 쭝치우지에를 '투안위안지에(团圆节)'이라고도 하는데 '투안위안'에는 '둥글다'는 의미와 '가족이 다시 한자리에 모인다'는 의미가 있어. 이날 달에 제사를 지내고 달을 구경하는 풍습이 있었는데, 점차 진지한 모습이 사라지고 달구경이 주요 행사가 되었어.

달과 관련된 대표적인 것은 '항아(嫦娥)' 이야기야. 항아는 중국 고대 신화 속 인물인 '후예(后羿)'의 부인으로, 남편인 후예가 서왕모에게 받은 불로장생약을 훔쳐 먹고 신선이 되어 달로 올라 갔대.

쭝치우지에는 한 해의 수확을 기뻐하고, 조상에게 감사하는 의미를 지니고 있어서 어느 명절보다 풍성해. 한국에서 추석날 송편을 먹는 것처럼 중국에서는 '위에빙(月饼)'을 먹어. 위에빙은 복과 가족의 화목을 상징하는데 달처럼 동그랗게 빚어서 먹어. 지금도 쭝치우지에가 되면 가족이 모두 모여 위에빙을 먹으면서 달구경을 해. 만약 가족 중에 누가 집에 없을 땐 위에빙을 잘 남겨 두었다가 줄 정도로 중요한 음식이야.

중국에서 쫑치우지에 놀이로 손꼽히는 것은 '꽃등(花灯)' 놀이야. 아이들이 손에 손에 등불을 들고 이 놀이를 즐기지. 등불은 참깨, 계란, 꽃, 물고기 비늘, 곡식, 씨앗, 새, 짐승 등 여러 모양이 있고 매우 화려해.

이 외에 불용춤(火龙舞)도 즐거운 놀이 중의 하나야. 특히 홍콩 지역에서 즐기는 놀이인데, 쫑치우지에 전날부터 큰 규모의 불용춤 행렬이 시작돼. 용의 화려한 춤사위에 홍콩 시내는 떠들썩해져.

"중국도 한국과 비슷하네?"

"그래, 풍성한 수확에 대한 감사의 의미가 들어 있어."

"위에빙이 달 모양이었다니, 신기하다. 나도 인천 차이나타운에 갔을 때 먹어 봤거든."

"그럼 누가 다음 이야기를 이어 갈까?"

"내가, 내가!"

이번엔 소향이가 손을 들었어요.

베트남에는 한국의 추석과 같은 '뗏쭝투(Tết Trung Thu)'가 있어. 추석이 한국, 중국에서는 떨어져 있는 가족들이 모인다는 의미가 있다면 베트남에서 뗏쭝투는 어린이들의 축제라는 의미가 강해. 뗏쭝투가 되면 가정에서는 어린이들에게 과자와 과일 등으로 잔칫상을 차려 줘. 특히 공부를 열심히 하라는 의미에서 종이로 만든 박사 인형을 올려주기도 하지.

뗏쭝투의 대표 음식으로는 '바인느엉(bánh nướng)'과 '바인재오(bánh dẻo)'가 있어. 이것들은 중국의 위에빙과 비슷하지만 덜 기름지고 레몬, 귤, 자몽의 향이 들어가. 연꽃씨, 녹두, 찹쌀, 돼지고기, 코코넛 등을 섞어 만들어. 모양은 달처럼 둥글지만 네모난 모양이나 물고기 모양 등 아주 다양해. 사람들은 주로 아이들에게 바인느엉과 바인재오를 사주는데, 아이들이 매우 좋아해.

뗏쭝투에는 어린이들을 위한 놀이가 많아. 가장 유명한 게 사자춤인데, 뗏쭝투에 얽힌 전설의 주인공인 '꾸오이(Cuội)'와 사자가 함께 추는 춤이야. 꾸오이는 전설 속에 나오는 나무꾼이야. 하루는 꾸오이가 산에 갔다가 죽은 사람을 살리는 생명의 나무를 발견해서 집에 가져왔대. 이 나무는 깨끗한 물만 주고 잘 가꾸어야 하는데, 꾸오이의 아내가 깜빡하고 나무에다 소변을 눈 거야. 그러자 나무의 뿌리가 뽑혀 하늘로 날아올랐지. 때마침 산에서 돌아온 꾸오이

가 나무를 잡으려다 함께 날아올라서 달나라
까지 가게 된 거야. 결국 꾸오이는 영영 집으로
돌아오지 못하게 되었는데, 뗏중투에 달을 보면
나무 밑에 앉아 있는 꾸오이의 모습을 볼 수 있대.

춤추는 사자 뒤에는 어린이와 어른들이 뒤따르며 함께 춤을 춰. 사자춤 행렬은 나쁜 기운을 몰아내고 복을 가져다 주는 의미가 있어서 상점이나 집을 방문하기도 하지. 밤에는 등불 행진도 하는데, 보름달 속에 있는 가엾은 꾸오이를 맞이하기 위해 별, 달, 물고기 모양의 등을 들고 북을 치며 거리를 행진해.

그래서 뗏쭝투는 베트남의 어린이들이 일 년 중 가장 손꼽아 기다리는 날이야. 원래 민족의 명절인데 어린이 명절로 보내게 된 건 베트남의 호찌민 주석이 전쟁으로 부모를 잃은 어린이들을 위로하고자, 이 기간에 어린이들을 위한 일들을 시작한 후부터래. 그 이후부터 어린이날로 정해져 지금까지 이어져 오고 있어.

"와, 여러 나라의 추석이 모두 좋지만 베트남이 제일 좋은 것 같아. 어린이를 위한 날이니까."

다문이가 말했어요.

"한국엔 어린이날이 따로 있잖아? 욕심쟁이."

"뭐라고?"

"얘들아, 싸우지 말고 몽골의 추석 이야기를 마저 듣자."

몽골에서 감사의 의미를 지니는 명절은 '나담(Наадам)'이야. 그런데 몽골의 '나담' 명절은 한국과 중국과는 다르게 여름에 지내. 나담 축제가 열리는 7월은 몽골이 초원으로 뒤덮여 가축이 번성하고 유제품도 풍부한 때야. 그래서 유목 생활을 하며 여기저기 떠돌던 사람들도 이때는 모두 모여서 먹고 즐기면서 한 해의 풍요로움에 감사해. 그리고 앞으로도 이처럼 풍성하기를 기도하는 거지.

나담 축제 때에는 '호쇼르(хуушуур)'를 먹어. 호쇼르는 만두를 납작하게 빚어서 기름에 튀긴 몽골의 전통 음식이야. 특히 나담 축제 때 인기가 있지. 사람들이 경기를 구경하러 다니면

서 먹기에 아주 편하거든.

축제 기간에는 씨름, 활쏘기, 말 경주 등의 행사가 성대하게 치러지는데, 이 세 가지 종목은 몽골에서 전통적으로 '사나이들의 경기'로 알려져 있어. 칭기즈 칸이 몽골의 병사들에게 강건한 육체와 건전한 정신 함양을 위해 나담을 몽골의 가장 큰 축제일로 정착시켰다고 해.

씨름은 몽골 사람들이 제일 좋아하는 경기이며 가장 인기 있는 종목이야. 옛 병사들처럼 '나담 저덕 쇼닥(зодог шуудаг, 씨름복)'을 입고, '고탈(гутал, 전통 장화)'을 신고 경기를 해. 씨름은 몇 시간 동안 계속되기도 하는데 힘겨루기와 인내심을 시험하는 경기이며, 복장이나 규칙을 통해 몽골인의 사고방식과 예술성을 엿볼 수 있지.

또, 말 경주는 나담 축제의 꽃이라고 할 수 있어. 말은 몽골인들이 광활한 초원에서 생활할 때 가장 중요한 가축이야. 그래서 몽골의 어린이들은 어렸을 때부터 말타기를 배워. 말 경주에 나서는 말들은 축제가 열리기 몇 달 전부터 매일 훈련을 하는데, 이때 조련사의 역할이 아주 중요해. 그래서 우승한 기수보다 조련사가 더 좋은 대우를 받는다고 해. 우승한 말에게도 메달을 걸어주고 그 말의 몸값은 매우 높아지지. 우승마의 선수는 가문의 영광스런 인물이 되고 사회에서 훌륭한 지도자로 인정을 받아.

요즘에는 수도 울란바토르에서 나담 축제를 국가적인 행사로 치르고 있어. 그래서 주요 인사들이 참가하고 가장 행렬, 시민들의 퍼레이드 등이 펼쳐지며 여기저기서 노래 경연대회나 연주회가 열리기도 하지.

"몽골의 추석은 한국이나 중국과 좀 다르네."

"여름에 초원에서 신 나게 뛰어 놀며 즐기는 행사 같아. "

"응, 몽골은 초원이 많으니까 넓은 초원을 누비면서 축제가 진행돼."

"아, 그렇구나. 정말 한국, 중국, 베트남과 몽골의 추석은 비슷한 것 같으면서도 나라별로 색다른 특징이 있는 것 같아."

"맞아. 그럼 우리 추석의 의미를 새기면서, 달 구경이나 계속할까?"

"그래, 그래, 앞으로 우리도 저 달처럼 둥글둥글 사이좋게 지내자."

中秋节

感谢丰收的日子

圆圆的月亮升起来了,
朋友们跳着圆圈舞。

强羌水来
强羌水来
全罗道右水营强羌水来
我们将军大捷啊强羌水来
将军的高攻厚德是强羌水来
千秋万代永放光彩强羌水来

强羌水来是中秋节晚上跳的舞。女人们中秋节在一起嬉戏。东山上满月升起, 人们聚在一起手拉着手围成一个大圆, 高兴地跳着舞。

今天多文、晓明、素香、志勋四位朋友一块来跳舞。

“跟上拍子啊!” 多文一摇一晃地说。

“嗯, 慢慢来…”

跳强羌水来, 一个朋友转得快是不行的, 那样会和手牵手的朋友分开, 所以我们要心平气和, 跟着拍子慢慢的旋转。

强羌水来是外敌入侵时, 李舜臣将军创作的一个舞蹈。当时, 朝鲜受到外敌的侵略, 人数上与敌寇相比很少, 李舜臣将军就让村子里的女人们穿上军人的衣服, 围成一圈一圈唱歌。这样外敌们认为他们都是军人, 所以感到很害怕就慌张而逃。

从远处看, 四个朋友真的好像是七八个人。穿着韩国的传统服装更像是月光下漂浮着的妖精。

“哎，太累了。”

“我们休息一会怎么样?”

朋友围坐一起，望着圆圆的月亮。

“月亮好亮啊！在韩国赏月是中秋节重要的一项活动。满月被看做是一种存在着的美好的事物。人们相信它可以帮助人们实现愿望，取得好的收成。”多文说。

“在中国，中秋节赏月也是十分重要的活动… 多文啊，那让我们来介绍下我们妈妈的祖国韩国，中国，越南和蒙古的中秋节吧。”

“我先来介绍。”多文说。

在韩国中秋节那天早上，人们要穿着传统服装，吃新米和新稻谷做成的松饼和酒，新鲜的水果，精心准备丰盛的食物。中秋节一定要吃特别的食物松饼，把米磨成粉，揉成原型，里面放着新产的豆，豆蓉或者芝麻，栗子，大枣等，做得漂漂亮亮。全家人坐在一起，把松饼捏成好看的样子。因为蒸松饼的时候下面放松树叶子，所以大家将它称之为松饼。同时，那天要吃芋头汤，中秋前后正直芋头营养最好的时候，这也是中秋祭祀的一道菜肴。秋天是丰收的季节，人们用一年里丰收的谷食祭祀祖先，表达感谢之情。祭祀结束，一家人开始享用美食。

用餐后，去祖先的墓地祭拜，一般中秋节以前就要提前去墓地进行清扫，拔除杂草。管理好祖先的坟墓也是对最先的一种礼节。

有趣的是中秋节前一天晚上，孩子们要去田地里，按照年龄排成地垄沟。这样表示那天的农活很好的结束了，身体也没有生疮。

年长者们玩“放牛”的游戏。中秋节那天，农民们绕着村子走，两个人戴着草垫子，一个人在前用两根

棒子做牛角，后面的人用草绳子做尾巴，弄乐队在后面，他们走动串西。被拜访的人家要用好的食物来招待他们，在院子里击打着乐器，一同跳舞。

与此同时，那天村子里的人们汇聚在一起跳绳，比赛开谁跳的多，获胜的人预示着农活顺利，这也是农耕礼节之一。跳绳获胜的人就会迎来一年的丰收。

“哇，韩国的中秋节真丰盛，有好吃的，还有好玩的。也很有意义。”志勋说。

“那下面谁来讲呢?”

“我来，我来!”晓明迅速地举起了手。

中国的中秋节也要赏月。很多地方跟韩国的中秋节十分相似。中国也把中秋节叫做“团圆节”，团圆的意思是指一家人团聚。中秋那天，有祭祖、赏月的习俗，祭祀的严肃性渐渐消失，赏月成为了比不可少的重要活动。

有关月亮还有一个传说，那就是“嫦娥奔月”。嫦娥是中国古代神话中的人物，是“后羿”的夫人，他的丈夫后羿偷吃了王母娘娘的长生不老药成仙飞向了月亮。

“中秋节”是人们庆祝丰收，表达喜悦，感谢祖先的节日，比其他的节日更加的丰盛。韩国中秋节吃松饼，中国的中秋节吃月饼。月饼象征着福气和家庭的和睦，因此形状像月亮一样是圆形的。每年的中秋节家人们就会一边赏月一边吃月饼，即使过节时家里没人，也就在家里放几块月饼。

在中国，过中秋节时也有许多的游戏，其中之一就是耍花灯，孩子们手里拿着各式各样的花灯，有芝麻灯，鸡蛋灯，花灯，鱼等，鸟灯还有魔兽灯等等，非常华丽。

除此之外，还有舞火龙的活动，特别是在香港地区，中秋庆祝活动更是热闹。中秋节前一天开始就开始大规模的舞火龙，走遍香港的大街小巷。

“中国和韩国的中秋节差不多吗?”

“是的，都有庆祝丰收，感谢故人的意思。”

“月饼是月亮的样子，真有趣。我去过仁川的中国城，还吃了月饼。”

“那下面谁来讲?”

“我来, 我来! ” 这次素香举起了手。

在越南也有像韩国中秋节这样的节日叫 “仲秋”。在韩国和中国过中秋节时, 平时不生活在一起的家人们要聚在一起, 有团圆之意, 在越南更强调是孩子们的庆祝。越南的中秋节时, 家长们给孩子们准备满是好吃的饼干和水果的宴席, 还要放上用纸做成的代表着学习好的进士娃娃。进士是以前对考上科举的人的称呼。

中秋节代表的食物时banh nuong和banh deo, 这两种食物跟中国的月饼很像, 但是更加油腻, 有柠檬、桔子、西柚的香味, 馅的种类也很多, 莲子、绿豆、猪肉、椰子等等。有圆形的, 方形的甚至还有小鱼形状的。人们常常把banh nuong和banh deo作为礼物。

中秋节时为孩子们准备的游戏很多。其中最有的是狮子舞, 这个舞蹈是由主人公传说中爱说谎话的Cuoi和狮子一起跳的。banh deo是樵夫, 一天他在山里走着, 发现了能让人起死回生的生命之树, 并把树带回了家。这种只要用干净的水浇就会好好生长, 一天Cuoi的妻子忘记了这件事, 浇了小便。因此树根脱落了, 树木飞向了天空。这时正在山上伐木的樵夫看到这种场景, 为了抓到树一起飞了起来。结果樵夫就再也没回家。中秋的夜晚, 人们望着圆月, 坐在树下就会看到Cuoi。

跳舞的狮子后面孩子和年长者们跟在后面一起跳。狮子舞游街有去除厄运带来好运的意思所以也访问商店。夜晚还有灯火游行, 圆月下为了迎接可怜的Cuoi, 人们拿着星星, 月亮和鱼形状的灯, 敲着鼓行进。

中秋节时越南儿童们一年里最重要的节日。以前是民族的节日, 后来由于战争的原因越南第一任主席把它改为为儿童过的节日, 借此来抚慰那些在战争中失去父母的孩子们, 中秋节期间为孩子们庆祝的传统也从那时开始, 直到现在。

“啊，许多国家的中秋节都很好，可是我觉得越南的最好。因为越南的中秋节是为孩子们过节的。”

多文说。

“韩国不是也有儿童节吗？贪心鬼。”

“你说什么呢？”

“你们别打了，让我们快听听蒙古的中秋故事吧。”

“那达慕”在蒙古是一个具有感恩意义的节日。和韩国中国不同的是这种节日在夏天过。那达慕庆祝一般在7月举行，草原上牛羊遍地，乳制品也十分充足。游牧生活的人们到处游走，此时他们也会聚在一起，品尝美食，尽情享乐，感谢一年的丰富。同时也祈祷以后的生活也同样的富足美好。

那达慕庆祝时吃“扁食”。扁扁的，油炸而成，节日时非常受欢迎。人们一边看比赛一边享用非常舒服。

庆祝期间设有摔跤、射箭、骑马竞技活动。这三个竞技活动是蒙古的传统项目，被称作是“男子汉的竞技”。成吉思汗为了让蒙古的士兵们有强健的身体和健康的精神，让士兵们进行摔跤，射箭和骑马的训练，因此那达慕是蒙古最大的庆祝。

摔跤是蒙古人最喜欢的运动。以前像士兵们穿着“zodog(短上衣)”和“shuudag(短裤子)”，穿着“gutuls(长靴)”参加比赛。摔跤比赛长达几个小时，是考验体力和耐心的运动，通过服装和比赛规则也可以看出蒙古人的思考方式和艺术性。

同时骑马也是那达慕庆祝中最为引人注目的项目。马是在广阔草原上生活的蒙古人们最重要的家畜。所以蒙古的孩子们从小就开始学习骑马。参加赛马的骑手们在比赛前接个月就开始着手训练，熟练操纵马匹是一个艰难的人物。因此与骑手相比，训练师的待遇更好。对比赛中获胜的马，还给它们颁发奖牌，马的身价都很高。家人们会为获得优胜的选手而感到骄傲，社会也会认可他是优秀的指导者。

最近这种庆祝已成为国家性的重要活动, 在首都乌兰巴托举行。人们排成队伍来观看参加, 也有歌舞演出, 演奏会等多种多样的文艺活动。

“蒙古, 韩国和中国都各具特色。”

“这是夏日草原上的快乐仪式。”

“嗯, 蒙古草原众多, 广阔的草原上到处都是庆祝的人群。”

“韩国, 中国, 越南, 蒙古的中秋节都有共同的意义, 每个国家都有各自的特点。”

“对, 所以我们要铭记中秋的意义, 我们继续赏月吧。”

“好, 以后我们也像月亮一样, 没有矛盾好好相处吧。”

VIETNAM

Tết Trung Thu

Ngày cám ơn vụ mùa bội thu

Trăng đã tròn.
Các bạn nhảy và hát Ganggangsullae.

Ganggangsullae
Ganggangsullae
Trại hải quân ở tỉnh Jeon Ra Ganggangsullae
Là chỗ thắng chiến của tướng quân chúng tôi Ganggangsullae
Công đức cao cả của tướng quân Ganggangsullae
Sẽ sáng trưng thiên thu vạn đại Ganggangsullae

Ganggangsullae là điệu nhảy vào đêm Trung Thu. Vốn dĩ là trò chơi ngày lễ Trung Thu của những cô gái. Nếu trăng lên trên đỉnh đồi thì họ sẽ tụ tập ở một cái sân lớn, nắm tay nhau và tạo thành một vòng tròn lớn rồi vừa xoay tròn vừa cùng nhau nhảy múa.

Hôm nay bốn người bạn Đamun, Hyo Myong, So Hyang, Ji Hun tụ tập lại cùng nhau nhảy múa.

"Ơ hờ, phải nhảy đúng nhịp chứ." Đamun vừa đi lắc lư vừa nói.

"Đúng vậy, từ từ thôi…"

Ganggangsullae nếu chỉ một người quay nhanh thôi là không được. Vì nếu vậy sẽ có thể tuột tay đang nắm với bạn khác. Phải vừa quay vừa căn đúng nhịp chầm chậm theo tâm của mình.

Ganggangsullae vốn là điệu nhảy khi mà quân Nhật tiến vào đất nước tướng quân Lee Sun Shin đã nghĩ ra. Vì lúc ấy số lượng quân Chosơn so với quân Nhật ít hơn nên tướng quân Lee Sun Shin đã cho những người con gái trong làng mặc quần áo lính, vừa quay vòng tròn vừa hát. Vậy nên quân Nhật nghĩ rằng ở đây có binh lính mà sợ hãi bỏ chạy.

Vì nếu nhìn từ xa thì hình dáng của bốn người giống như là bẩy hoặc tám người vậy. Hình dáng mặc Han-bok, đồ truyền thống của người Hàn và xoay tròn nhìn như nổi lên trong ánh trăng.

"Yahu, mệt thật."

"Chúng mình nghỉ một lúc nhé?"

Lũ trẻ ngồi quây quần ngắm trăng.

"Trăng cũng sáng quá. Việc ngắm trăng trong lễ Trung Thu ở Hàn Quốc là một việc quan trọng. Vì người ta coi trăng rằm là sự tồn tại đáng cám ơn. Cũng vì tin rằng nó giúp cho người khác đạt được ước nguyện, giúp đỡ cho việc thu hoạch vụ mùa bội thu," Đamun nói.

"Ra vậy. Ở Trung Quốc việc ngắm trăng vào Zhongqiu Jie cũng là một sự kiện quan trọng… Đamun à, vậy chúng mình hãy giới thiệu về trung thu của Mông Cổ, Việt Nam, Trung Quốc, Hàn Quốc những đất nước của mỗi người mẹ chúng ta nhé?"

"Mình sẽ nói trước" Đamun nói.

Tại Hàn Quốc vào buổi sáng ngày Trung Thu người ta thay mặc quần áo Chu Sơk, nấu cơm bằng gạo mới và dâng thức ăn làm với tấm lòng tận tụy, hoa quả mới, rượu và bánh Song Phyon làm từ ngũ cốc mới rồi cúng lễ. Trong thức ăn đặc biệt của Chu Sơk có bánh Song Phyon, nhân bánh có táo đỏ, hạt dẻ, hạt vừng hoặc là nhân làm từ đậu mới và trộn vào với nhau nặn thành hình tròn. Cả gia đình ngồi hình tròn và đua một cách hòa mục để làm bánh Song Phyon đẹp hơn. Khi luộc Song Phyon vì có trải lá thông nên người ta gọi là bánh Song Phyon. Ngoài ra, vào ngày này còn ăn canh khoai sọ, trước và sau Trung Thu, khoai sọ được cho rằng là loại dinh dưỡng tốt nhất và ngon nên cũng được dâng lên bàn cúng. Việc này có ý nghĩa là nếu thu hoạch nông sản trong một năm khi đợt thu tới thì sẽ dâng ngũ cốc mới thu hoạch và gửi lời cám ơn tổ tiên. Sau khi cúng bài thì cả gia đình ngồi hình tròn và mới ăn.

Sau khi ăn cơm người ta đến mồ tổ tiên và thờ cúng. Trước ngày Chu Sơk, người ta phải đến mồ và cắt cỏ trước. Vì người Hàn tin rằng việc quản lý mồ tốt đẹp là một lễ nghĩa đối với người tổ tiên.

Tuy nhiên vào buổi tối trước ngày Trung Thu, những đứa trẻ ra đồng, cởi quần áo và bao nhiêu tuổi thì sẽ bò qua bấy nhiêu luống cày. Điều này có phải thú vị không? Nếu làm vậy thì năm đó vụ mùa sẽ tốt tươi và thân thể cũng không bị mụn nhọt.

Người lớn có trò chơi là 'Chơi bò', ngày trung thu những người nông dân vừa đi quanh làng vừa chơi. Hai người dùng thảm rơm và người đi trước cầm hai cái gậy làm sừng, người đi sau treo sợi dây rơm làm như đuôi bò. Vậy như là một con bò ban nhạc trong làng đi trước và tìm đến nhà này nhà kia. Tại nhà cuối trong cuộc hành trình sẽ tiếp đãi thức ăn và biểu diễn tại vườn, vừa nhảy vừa vui chơi.

Còn nữa, vào ngày này người làng đều tụ tập lại chơi kéo co. Đây là một trong những nghi lễ nông canh được dự đoán là trong năm vụ mùa tươi tốt. Sợi dây gồm có sợi Nam tính và

sợi Nữ tính thì người ta nghĩ rằng nếu kéo được sợi dây Nữ tính thì sẽ được thịnh vượng trong năm đó.

"Woa, Trung Thu của Hàn Quốc thật sự hay và có trò chơi cùng thức ăn thật đa dạng. Ý nghĩa cũng sâu sắc." Ji Hun nói.

"Vậy ai sẽ kể tiếp đây?"

"Mình, mình!" Hyo Myong lập tức giơ tay lên.

Tại Trung Quốc như chúng mình hôm nay người dân từ xưa cũng ngắm và trải qua Zhongqiu Jie. Trung Thu của Trung Quốc và Hàn Quốc dường như có nhiều điểm tương đồng trong phong tục. Tại Trung Quốc gọi Tết Trung Thu là Tết Đoàn Viên, ở Trung Quốc ý nghĩa của đoàn viên là 'hình tròn' và việc 'gia đình cùng tụ tập lại một chỗ'. Tại Trung Quốc ngày này có phong tục ngắm trăng và cúng tổ tiên, từ từ thì tính nghiêm trang của việc cúng tổ tiên biến mất và trở thành một sự kiện chủ yếu là thưởng nguyệt.

Có một điều tiêu biểu liên quan đến trăng là truyện có liên quan đến Hằng Nga. Hằng Nga, là phu nhân của Hậu Nghệ nhân vật trong truyện thần thoại cổ đại Trung Quốc, người chồng Hậu Nghệ đã uống trộm thuốc trường sinh của Tây Vương Mẫu và trở thành đạo sư và bảo cô bay lên cung trăng.

Zhongqiu Jie vốn mang ý nghĩa của ngày lễ cám ơn tổ tiên, vui mừng thu hoạch trong một năm nên thường đa dạng hơn các ngày lễ khác. Tại Hàn Quốc giống với việc ăn bánh Song Phyon thì tại Trung Quốc ăn bánh mặt trăng. Bánh mặt trăng biểu tượng cho sự hài hòa của gia đình và phúc nên làm bánh mặt trăng có hình tròn như mặt trăng. Bây giờ cũng vậy cứ đến tết Trung Thu là gia định đều tụ tập lại vừa ăn bánh mặt trăng vừa ngắm trăng. Giả dụ như một gia đình nào đó mà không có nhà thì việc ăn bánh mặt trăng được để phần lại cũng rất quan trọng.

Ở Trung Quốc trò chơi được mong đợi nhất của tết Trung Thu là thả hoa đăng. Những đứa trẻ tay cầm đèn và chơi vui vẻ. Đèn rất sặc sỡ và có nhiều hình dạng như là đèn vừng, đèn trứng, đèn hoa, đèn con cá, đèn ngũ cốc, đèn hạt, đèn chim, đèn thú vật v.v...

Ngoại ra múa rồng lửa cũng là một trong số những trò chơi vui thích. Đặc biệt ở Hồng Kong là

một trò chơi rất vui, từ ngày trước lễ Trung Thu dòng người múa rồng lửa với quy mô lớn được bắt đầu. Trung tâm Hồng Kong nơi những bước nhảy hoa lệ của rồng rất là ồn áo náo nhiệt.

"Kiểu của Trung Thu Trung Quốc cũng tương tự như Hàn Quốc nhỉ?"

"Đúng vậy, có ý nghĩa của sự cám ơn về vụ mùa bội thu."

"Bánh mặt trăng có hình dạng như trăng, thật là thần kỳ. Khi mình đến China town ở Incheon cũng đã từng ăn thử rồi."

"Vậy ai sẽ kể truyện tiếp đây?"

"Mình, mình!" lần này So Hyang giơ tay lên.

Ở Việt Nam có 'Tết Trung Thu' giống với Chu Sơk của Hàn Quốc. Nếu ở Trung Quốc, Hàn Quốc Trung Thu có ý nghĩa là gia đình tụ tập lại với nhau thì ở Việt Nam mang ý nghĩa mạnh là tết của thiếu nhi. Nếu đến tết Trung Thu thì trong gia đình sẽ chuẩn bị mâm cỗ có bánh kẹo và hoa quả cho trẻ em. Đặc biệt cũng đặt lên búp bê Tiến sĩ làm từ giấy với ý nghĩa là hãy học hành chăm chỉ. Ngày xưa Tiến sĩ là tên đưa cho người đã mất trong quá khứ.

Thức ăn tiêu biểu cho Trung Thu có bánh dẻo và bánh nướng. Cái này tương tự như bánh mặt trăng của Trung Quốc nhưng ít dầu hơn và có vị bưởi, quýt, chanh. Trộn lẫn dừa, thịt lợn, gạo nếp, đậu xanh, hạt sen v.v.. để làm, hình dáng thường có hình tròn giống mặt trăng tương tự như bánh Song Phyon của Hàn Quốc nhưng cũng có hình vuông hoặc là hình con cá. Mọi người vào ngày này mua cho trẻ em bánh nướng và bánh dẻo, trẻ em rất thích ăn.

Tết Trung Thu trò chơi cho trẻ em rất nhiều. Trò nổi tiếng nhất là múa lân, là điệu nhảy mà cùng nhảy với sư tử và chú Cuội, chủ nhân của truyền thuyết vào Trung Thu. Cuội trong truyền thuyết là một tiều phu đốn củi. Một ngày nọ Cuội đi vào núi và phát hiện ra cây sinh mệnh cứu sống được người chết nên đã đem về nhà. Cái cây này phải được nuôi dưỡng bằng nước sạch nhưng vợ của Cuội đã quên mất và đi tiểu vào cây. Vì vậy mà rễ cây bật ra và bay lên trời. Vừa khi đó Cuội trở về từ trong núi, nắm lấy cái cây cùng bay lên đến tận cung trăng. Kết quả là Cuội mãi mãi không thể trở về nhà, nếu ngắm trăng vào ngày trung thu thì có thể nhìn thấy chú Cuội đang ngồi dưới gốc cây thần.

Đi sau chú lân nhảy múa là người lớn và trẻ nhỏ cùng nhau nhảy múa. Đoàn diễu hành múa lân có ý nghĩa là xua đuổi sức mạnh xấu xa và đem phúc tới nên cũng đến thăm nhà hoặc các cửa hàng. Vào ban đêm thì có lễ rước đèn, để chào mừng chú Cuội đáng thương trong ánh trăng rằm thì mọi người thường cầm đèn có hình dạng trăng, sao, cá và diễu hành trên đường để nhận phúc.

Trung Thu là ngày mà trẻ em Việt Nam mong đợi nhất trong cả năm. Vốn dĩ là ngày lễ của dân tộc nhưng việc trở thành ngày lễ cho trẻ em là từ sau khi bắt đầu việc an ủi trẻ em trong thời gian Tết Trung Thu, chủ tịch đầu tiên của Việt Nam là Hồ Chí Minh đã an ủi những đứa trẻ mất nước bởi chiến tranh. Từ sau đó tết Trung Thu được định là ngày trẻ em cho đến bây giờ.

"Woa, Trung Thu của các nước đều hay nhưng Việt Nam dường như là hay nhất. Vì nó là ngày cho trẻ em." Đamun nói.

"Hàn Quốc cũng có ngày cho trẻ em riêng mà? Tham lam quá."

"Cái gì?"

"Các bạn à, đừng cãi nhau nữa, hãy cùng nghe nói truyện kể Trung Thu của Mông Cổ nào."

Ở Mông Cổ ngày lễ mang ý nghĩa cám ơn là Naadam. Tuy nhiên khác với Trung Quốc, Hàn Quốc, mùa nó là mùa hè. Tháng 7 thì lễ hội Naadam được tổ chức, là khi mà Mông Cổ gia súc thịnh vượng phủ đầy đồng cỏ và sản phẩm sữa cũng phong phú. Vì vậy những người sống du mục đi đây đi đó lúc này đều tụ tập ăn uống vừa vui chơi vừa cám ơn vì sự giàu có trong năm. Và cũng cầu mong cho sự giàu có giống như vậy trong thời gian tới.

Khi lễ hội Naadam mọi người ăn 'Hosyor". Hosyor là thức ăn truyền thống của người Mông Cổ chiên bánh bao nặn tẹt trong dầu. Đặc biệt khi lễ hội Naadam rất được yêu thích. Hosyor rất thuận tiện cho việc vừa ăn vừa ngắm các trận đấu trong lễ Naadam.

Vào thời gian lễ hội có những sự kiện được tổ chức trang trọng như là đua ngựa, bắn cung, đấu vật v.v... ba môn này thì ở Mông Cổ được cho biết là 'trận đấu của mọi người đàn ông' mang tính truyền thống. Thời Ghengis Khan người ta nói rằng tổ chức lễ hội lớn nhất của Mông Cổ là để huấn luyện tinh thần khỏe mạnh và thể lực khỏe mạnh.

Đấu vật là môn được trông chờ nhất và là trận đấu được thích nhất của người Mông Cổ. Họ mặc 'Shuudag, quần con ngắn' và 'Zodog, áo ngắn' và đi 'Gutuls, giày cao cổ' giống binh sĩ thời xưa và tham gia trận đấu. Đấu vật là trận đấu vừa có thể thi tính kiên nhẫn và thử sức khỏe khi trận đấu kéo dài mấy tiếng, vừa có thể thấy được tính nghệ thuật và cách tư duy của người Mông Cổ thông qua quy tắc và phục trang.

Ngoài ra, đua ngựa được gọi là bông hoa của lễ hội Naadam. Ngựa là gia súc quan trọng nhất trong cuộc sống trên đồng cỏ bao la của người Mông Cổ. Vì vậy mà trẻ em Mông Cổ từ khi còn nhỏ đã học cưỡi ngựa. Những kỳ thủ đi trước trong 'đấu ngựa' ngày nào cũng huấn luyện ngựa từ trước cả mấy tháng trước lễ hội, khi này thì vai trò của người huấn luyện ngựa rất quan trọng. Vì vậy người huấn luyện ngựa còn được đối đãi tốt hơn cả kỳ thủ giỏi. Người ta cũng đeo mề đay cho con ngựa giỏi và giá của ngựa sẽ rất cao. Kỳ thủ của ngựa giỏi sẽ trở thành người vinh quang của gia tộc và được công nhận là người lãnh đạo tuyệt vời trong xã hội.

Dạo này tại thủ đô Ulaanbaatar lễ hội này được tổ chức như sự kiện mang tính quốc gia và mọi người tham gia và đoàn diễu hành của người dân kéo dài và đây đó tổ chức hòa nhạc và những cuộc thi hát.

"Mông Cổ mang màu sắc hơi khác với Trung Quốc, Hàn Quốc"

"Vào mùa hè chạy trên đồng cỏ chắc là một sự kiện vui lắm."

"Ừ, Mông Cổ đồng cỏ nhiều nên người ta vừa đi đây đó trên đồng cỏ rộng rớn vừa tiến hành lễ hội."

"À, ra vậy. Thật sự thì Trung Thu của Mông Cổ, Việt Nam, Trung Quốc, Hàn Quốc có ý nghĩa chung nhưng mà mỗi quốc gia lại có đặc trưng riêng."

"Đúng vậy. Vậy chúng ta vừa thấm thía ý nghĩa của Trung Thu, vừa tiếp tục ngắm trăng nhé?"

"Đúng vậy, đúng vậy, sau này chúng mình cũng sẽ cùng có tình bạn tốt tròn như mặt trăng kia."

Наадам

Зуны дэлгэр цагт өргөн дэлгэр тэмдэглэдэг баяр

Тэргэл сар мандсан шөнө.
Хүүхдүүд гангансүллэ дуулан наадаж байна.

Гангансүллэ
Гангансүллэ
Чолла аймгийн сүён нь гангансүллэ
Манай жанжны ялалт байгуулсан нутаг гангансүллэ
Жанжны эрхэм гавьяа нь гангансүллэ
Үеийн үед мандан бадраг гангансүллэ

Гангансүллэ нь Чүсог-ийн шөнө бүжиглэдэг бүжиг юм. Эмэгтэйчүүд ургацын баярын үеэр бүждэг наадгайг ингэж хэлдэг. Тэнгэрт тэргэл сар гарсан шөнө цуглан гар гараасаа барин тойрон бүжин нааддаг. Өнөөдөр Дамүн, Хюумён, Сухян, Жихүн дөрөв ч бас хамтдаа бүжин наадахаар цугларчээ.

-Найзууд аа, хэмнэлдээ тааруулан бүжих хэрэгтэй шүү гэж Дамүн хэллээ.

Гангансүллэ нь хэт түрүүлэн хурдан тойрч болохгүй. Гар гараасаа барьдаг учраас бусадтайгаа хэмнэлээ тааруулан хамтдаа тойрон бүжих ёстой байдаг.

Гангансүллэ нь японы цэргүүд Солонгос руу дайран орж ирэхэд И Сүншин жанжин бодож олсон бүжиг гэдэг. Жусон улсын цэргүүд японы цэргүүдээс тоогоор дэндүү цөөхүүл байсан тул И Сүншин жанжин тосгоны эмэгтэйчүүдэд цэрэг хувцас өмсгөөд гар гараасаа барилцан, тойрон эргэлдэж дуу дуулан бүжихийг заажээ. Тэгтэл тэдний дуулж бүжиглэхийг харсан япон цэргүүд жусоны цэргүүдийн тооноос сүрдэн ухарч зугтсан гэдэг.

Холоос тэр дөрвийг харвал олуулаа юм шиг харагдана. Долуулаа наймуулаа ч юм шиг харагдана. Солонгос үндэсний хувцас ханбугийг өмсөөд эргэлдэн тойрч бүжих нь саран дээр бүжих сахиусан тэнгэр шиг харагдана.

-Аа, ядарч байна шүү

-Жаахан амарцгаах уу?

Тэд тэргэл сарыг ширтэн тойрч суугаалаа.

-Саруулхан шөнө байна шүү. Солонгост ургацын баярын үеэр сарыг харцгаан тэмдэглэдэг. Тэргэл сарыг ихэд бэлгэшээдэг нь хүслийг гүйцээж арвин ургац авахад тусалдаг гэсэн гэж Дамүн хэллээ.

-Тийм үү. Хятадад ч бас жжүнчиужиэ баяраар сар харах нь чухал үйл явдалд ордог ... Дамүн аа, бид тэгвэл өөрсдийнхөө ээжүүдийн төрсөн нутаг болох солонгос, хятад, вьетнам, монголын ургацын баярын тухай танилцуулцгаах уу?

-Би эхлээд ярьж өгье гэж Дамүн хэлэв.

Дамүн ярьж эхэллээ.

Солонгост ургацын баярын өглөө чүсогбим өмсөж шинэ ургацын цагаан будаа болон шинэ ургацын дээжээр хийсэн сунпён болон архи, жимс, идээг бэлтгэж тахил өргөдөг. Ургацын баяраар иддэг гол хоол нь сунпён бөгөөд цагаан будааны нунтагийг зуурч элдэн дотор нь шинэ ургацын тариа будаа болон гүнжидийн үр, туулайн бөөр модны самар, улаан чавга хийж чимхсэн хоолыг Сунпён гэдэг. Гэр бүлээрээ тойрч суугаад сунпёныг хэн хамгийн гоё сайхан хэлбэртэй чимхэх вэ гэж уралддаг. Сунпёныг жигнэхэд нарс модны шилмүүсийг дэвсдэг учраас сунпён гэдэг болсон гэнэ.

Бас энэ баяраар таротой шөл уудаг бөгөөд энэ ургамал нь ургацын баярын үеэр шим тэжээл нь гүйцэж амттай болдог учраас тахилын ширээнд ч бас өрдөг. Энэ нь намрын ургацаа хураагаад ургацын дээжээ өвөг дээдэстээ хамгийн түрүүнд өргөж талархлаа илэрхийлж байгаа утгатай. Тахилын ёслол дууссаны дараа гэр бүлээрээ тойрч суугаад хоол иддэг. Хоолоо идэж дуусаад өвөг дээдсийнхээ бунханд очиж ойр орчмыг нь цэвэрлэн ургацын баяраас өмнө бунханд очиж булшин дээр ургасан өвс ногоог зулгааж цэвэрлэдэг. Булш бунханыг сайтар арчилж, харж хандах нь өвөг дээдсээ хүндэлж байгаагийн илрэл гэж үздэг.

Ургацын баярын өмнөх орой хүүхдүүд нүцгэлэн тариан талбайн гурви шангаар насныхаа тоогоор мөлхдөг уламжлалтай гэдэг бөгөөд энэ нь нэг талаар хөгжилтэй бас ингэснээр тухайн жилд тариа ногоо арвин ургаж, хүүхдүүд ч эрүүл байна гэдэг байжээ.

Томчуулын наадаг тоглоомыг “сунури” гэж нэрлэдэг бөгөөд ургацын баярын үеэр тариачид тосгоноороо хэсч тойрон наадаг. Хоёр хүн сүрлэн дэвсгэр нөмөрч урд талын хүн нь хоёр ширхэг саваag үхрийн эвэр мэт өмнөө бариад ард талд байгаа хүн нь олсыг үхрийн сүүл шиг унжуулан тариачид дуулж хөгжимдөн айл айлаар хэсч тойрон явдаг. Айлууд тэднийг дайлж цайлан хамтдаа дуулж бүжиглэдэг.

Бас тосгоноороо цуглан олс татах тэмцээн зохиодог бөгөөд энэ тэмцээнд хэн ялахаас тухайн жилийн өнгийг шинжиж болдог гэлцдэг. Дугуй цагирагтай үзүүр ялбал тухайн жил сайхан, ургац арвин байна гэдэг.

-Хөөх, солонгосын ургацын баяраар үнэхээр идээ ундаа элбэг, тоглоом наадам өргөн дэлгэр байдаг юм байна шүү дээ бас их утга учиртай байх нь ээ гэж Жихүн хэллээ.

Хятадад өнөөдөр шиг тэргэл сартай өдрийг тэмдэглэн өнгөрүүлдэг жжүнчиүжиэ гэж баяр байдаг. Солонгос, Хятадын ургацын баярын зан заншилд ижил төстэй зүйлс их байдаг юм байна. Хятадад намрын дунд сарын арван тавны өдрийг данванжол ч гэж нэрлэдэг бөгөөд энэ үг нь “дугуй дугираг” гэсэн утга илэрхийлэхээс гадна гэр бүлээрээ нэг дор цуглах гэсэн утгатай. Хятадад энэ баяраар саранд тахил өргөж, сарыг шинждэг уламжлалтай боловч орчин үед тахил өргөхөөсөө илүүтэйгээр сарыг ширтэн хөгжих нь илүү чухал үйл явдал болсон.

Сартай холбоотой хан-а гийн домог байдаг. Хан а гэдэг нь хятадын эртний домогт гардаг Хүеэгийн эхнэр бөгөөд Хүеэ Securit Сованму-гаас авсан мөнхийн эмийг хулгайлан уугаад сахиус болж сар луу нисч одсон гэдэг. Жүнчиүжэ нь эртнээсээ жил жилд ургац сайн авсандаа мөн өвөг дээдэстээ талархдаг баяр байсан учраас бусад баяраас илүү их өргөн дэлгэр болдог. Солонгост ургацын баяраар сунпён иддэг бол Хятадад волбён иддэг. Волбён нь буян хишиг, гэр бүлийн эв найрамдлыг бэлгэддэг бөгөөд тэргэл сар шиг дугуй хэлбэртэй байдаг. Өнөөг хүртэл намрын дунд сарын арван тавны үеэр гэр бүлээрээ цуглан волбён идэнгээ сарыг ширтэн наадаг ба ирж амжаагүй нэгэндээ волбёноосоо үлдээгээд дараа ирэхээр нь өгдөг.

Хятадад намрын дунд сарын арван тавны баяраар цэцэгтэй дэнлүүгээр наадаг. Хүүхдүүд гартаа дэн барьж явцгаадаг ба дэн нь гүнжид, өндөг, цэцэг, загасны сэрвээ, үр тариа, шувуу, амьтан гээд янз бүрийн хэлбэр дүрс, өнгөтэй байдаг.

Мөн галт луугийн бүжиг ч бас гайхалтай сонин шүү. Ялангуяа Хонконг нутагт их наадаг бөгөөд намрын дунд сарын арван тавны өмнөх өдрөөс эхлэн галт луугийн үзүүлбэрийн жагсаалыг өргөн дэлгэр хийдэг тул Хонконгийн хот тосгод хөл хөдөлгөөн ихтэй байдаг.

-Хятад ч бас Солонгостой чүсог нь төстэй байх нь ээ?

-Тийм шүү, арвин ургацын талархлын утгатайгаараа ижил юм.

Волбён нь тэргэл сар шиг дугуй хэлбэртэй байдаг нь сонирхолтой юм. Би Инчонд байдаг хятад хороололд очихдоо идэж үзсэн.

Тэгвэл хэн дараагийнхыг нь ярьж өгөх вэ?

Би, би гэж Сухян гараа өргөн хэллээ.

Вьетнамд солонгосын ургацын баяртай адил “Ддэт жүнтү” гэдэг баяр байдаг. Ургацын баяраар Солонгос Хятадад гэр бүлээрээ цугладаг бол Вьетнамд бол хүүхдүүдэд зориулсан баяр гэж хэлж болно. Намрын дунд сарын арван тавны баяраар хүүхдүүдэд жигнэмэг, жимс зэргээр баярын ширээ засдаг. Ялангуяа онц сайн сурахыг ерөөж цаасаар хийсэн жинса хүүхэлдэйг тавих ч нь ч бий. Жинса нь түшмэдийн шалгалтад тэнцсэн хүмүүст өгдөг нэр.

Чүсогоор иддэг хоол нь баиннион болон баинжэу. Эдгээр нь хятадын волбёнтой төстэй боловч арай тослог багатай нимбэг, бэрсүүт жүрж, үзмэн жүржийн үнэртэй байдаг. Бадамлянхуа цэцгийн үр, ногоон буурцаг, наанги будаа, гахайн мах, наргил модны самар зэргийг хольж хийдэг бөгөөд ихэвчлэн тэргэл сар шиг дугуй хэлбэртэй байдаг бас дөрвөлжин болон загасны хэлбэртэй ч байдаг. Энэ баяраар хүүхдүүдэд ньюнддог болон жэуддог өгдөг бөгөөд энэ төрлийн ддогийг бэлгэнд ихэвчлэн өгч авцгаадаг.

Ддэт Жүнтүэ нь хүүхдүүдийн дуртай наадгай их байдаг. Ялангуяа арслангийн бүжигт наадам байдаг бөгөөд ургацын баярын тухай домогт гардаг худалч Ггүуи арслантай хамт бүжиглэдэг. Ггүуи нь домогт гардаг модчин бөгөөд тэрээр нэг өдөр ууланд явж байгаад үхсэн хүнийг ч дахин амилуулдаг шидтэй мод олоод гэртээ авч иржээ. Шидэт модыг цэвэр тунгалаг усаар усалж арчлах ёстой байтал Ггүуигийн эхнэр нь үүнийг мартан шидэт мод руу шээж орхитол мод үндсээрээ сугарч тэнгэр өөд нисч одох гэтэл үүнийг харсан Ггүуи модыг барьж тогтоох гэж байгаад модтой хамт сар луу нисч оджээ. Тэгээд тэрээр гэртээ буцаж ирж чадахгүй болсон гэдэг. Чүсогийн үеэр сар бүжиглэдэг арслангийн араас хүүхэд хөгшидгүй даган хамтдаа бүжиж хөгждөг. Арслангийн бүжгийн жагсаал муу зүйлийг хөөж буян хишгийг түгээдэг утгатай учир дэлгүүр болон айлуудын гэрээр ч ордог. Шөнөөр дэнлүүтэй жагсаал хийдэг бөгөөд хөөрхий Ггүуи гийн төлөө

залбирч од, сар, загасны хэлбэртэй дэнлүү барьж бөмбөр тоглон гудамжаар жагсдаг.

Ургацын баяр нь вьетнамын багачуудын хамгийн их хүсэн хүлээдэг баяр. Ер нь үндэсний уламжлалт баяр нь боловч вьетнамын анхны ерөнхийлөгч Хужинтао дайнаас өнчирч хоцорсон хүүхэд багачуудын төлөө намрын дунд сарын арван тавныг хүүхдүүдэд зориулж баяр тэмдэглэдэг болгосон гэдэг. Түүнээс хойш намрын дунд сарын арван тавныг одоо хүртэл хүүхэд багачуудад зориулан тэмдэглэж байгаа.

-Хөөх, ургацын баяр тэмдэглэдэг улс орны баярууд бүгд сайхан боловч Вьетнамынх хамгийн гоё нь байх аа. Яагаад гэвэл хүүхдүүдэд зориулсан баяр учраас гэж Дамүн хэллээ.

-Солонгост хүүхдийн баярын өдөр байдаг шүү дээ? Шуналтай гэдэг нь

-Юу гэнээ?

-Найзуудаа битгий муудалц л даа, одоо Монголд чүсогийг хэрхэн тэмдэглэдэг тухай сонсоцгооё.

...Монголд талархалын илэрхийлэл болгон тэмдэглэдэг баярыг “наадам” гэдэг. Гэхдээ Солонгос, Хятадаас ялгаатай нь зуны улиралд тэмдэглэдэг. Наадам нь 7-р сард тал нутагт өвс ногоо сайтар ургаж мал таргалж цагаан идээ элбэг үеэр тэмдэглэдэг. Угаас нүүдэллэн амьдардаг монголчууд наадмын үеэр л цуглан идээ ундаагаа зооглон, хангай дэлхийдээ талархдаг. Наадмын үеэр хуушуур гэдэг хоол иддэг. Хуушуур гэж элдсэн гурил дотор ногоогоор амталсан мах хийн чимхэж тосонд шарж хийдэг монгол үндэсний хоолыг хэлдэг. Ялангуяа наадмын үеэр их иддэг. Хуушуур нь наадмын үеэр ийш тийш сонирхон явдал дундаа ч идэхэд тохиромжтой хоол юм.

Наадмаар бөх, сурын харваа, хурдан морины уралдааныг өргөнөөр зохион байгуулдаг. Энэ гурван төрлийн уралдааныг монголчууд “эрийн гурван наадам” гэдэг. Чингис хааны ивээлээр монгол цэргүүдийн эрүүл бие бялдар, саруул ухааныг дэмжихийн тулд наадмыг монголын хамгийн том баяр болгон тэмдэглэдэг болсон гэдэг.

Бөхийн барилдаан нь монголчуудын хамгийн дуртай спортын нэг бөгөөд хамгийн нэр хүндтэй гэж болно. Эрт үеийн баатрууд шиг “зодог шуудаг”, “монгол гутал” өмсөж барилддаг. Бөхийн барилдаан хэдэн цагийн турш үргэлжилж ч болдог бөгөөд хүч бяр, тэсвэр тэвчээрийг сорьсон тэмцээн байдаг. Өмсгөл болон дэг жаягт нь монголчуудын үндэсний сэтгэлгээ, урлаг, соёл гүн шингэсэн байдаг.

Бас хурдан морины уралдаан нь наадмын хамгийн сайхан хэсэг гэж хэлж болно. Морь бол тал нутагт нүүдэллэн амьдардаг монголчуудын амьдралд хамгийн чухал учраас монголчууд бага наснаасаа эхлэн морь унаж сурдаг. Хурдан морины уралдаанд оролцох морио хэдэн сарын өмнөөс уяж бэлтгэдэг бөгөөд хурдан морины уяачийн үүрэг чухал байдаг. Тиймээс түрүүлсэн морийг унасан хүүхдээс илүү уяачийг илүү чухалчилдаг. Түрүүлсэн моринд шагнал өгдөг ба хурдан морь өндөр үнэтэй байдаг. Түрүүлсэн морийг унасан хүүхэд нутаг усандаа нэр хүндтэй улс орондоо тустай сайн хүн болдог гэдэг.

Монгол улсын нийслэл Улаанбаатар хотод наадмыг төрийн их баяр ёслол болгон тэмдэглэдэг ба урлаг, спортын төлөөллүүд жагсан дуу хуур баяр хөөртэйгээр ёслон тэмдэглэдэг.

-Монголд Солонгос, Хятадаас өөр өвөрмөц аргаар тэмдэглэдэг юм байна шүү дээ.

-Зуны дэлгэр цагт уудам саруул талд өргөн дэлгэр тэмдэглэдэг баяр байх нь ээ?

-Тийм шүү, монголын уудам тал нутагтаа өргөн дэлгэр сүрлэг сайхан наадаг

-Аан тэгвэл солонгос, хятад, вьетнам, монголын чүсог нь бүгдээрээ нийтлэг утгатай боловч улс орон бүрт өөр өөрийн өвөрмөц онцлогтой байдгийг мэдэж авлаа.

-Найзууд аа, бүгдээрээ сарыг харан наадацгаах уу?

-Тэгье тэгье, бид ч бас тэргэл сарны дор эвтэй найртай сайхан байцгаая.

다문이의 세시풍속 이야기

한국의 세시풍속

정월대보름 : 대보름날에는 맛있는 음식을 나누어 먹어요
正月十五元宵节 : 共享美食
Ngày rằm tháng giêng : Cùng chia nhau ăn thức ăn ngon trong ngày trăng rằm
Хаврын тэргүүн сарын шинийн арван таван : Шинийн арван тавны өдөр амттай хоол хамт идэцгээдэг

단오 : 단오절에 부채를 선물해요
端午 : 端午节送扇子
Đan Ô : Tặng quạt ngày Đan Ô
Тану : Билгийн тооллын тавдугаар сарын шинийн таванд дэвүүр бэлэглэдэг

동지 : 동지에는 팥죽을 먹어요
冬至 : 冬至吃红豆粥
Đông Chí : Vào Đông Chí ăn cháo đậu
Өвлийн туйл : Улаан буурцагны зутан иддэг өдөр

대보름날에는 맛있는 음식을 나누어 먹어요

정월 대보름은 음력 1월 15일이에요. 한국은 농경사회여서 보름날을 중요하게 여겼어요. 대보름 밤이 되면 온 집안에 등불을 켜 놓고 마을 사람들이 모여 풍년을 기원하는 제사를 지내요. 그리고 산에 올라가서 달을 보면서 소원을 비는 '망월(望月)' 행사를 해요. 정월 대보름은 삼국시대부터 명절로 지냈다고 하니까 아주 오래된 명절이에요. 옛날 같지는 않지만 지금도 많은 풍습이 남아 있어요.

대보름에는 맛있는 음식을 차려 나누어 먹어요. 다섯 가지 곡식으로 만든 오곡밥과 말린 나물로 만든 반찬을 먹어요. 오곡밥은 쌀, 조, 수수, 팥, 콩 등을 섞어 짓는데, 여러 집이 서로 나누어 먹었어요. 이렇게 나누어 먹는 밥을 '백가반(百家飯)' 또는 '백집밥'이라고 해요. 이때 다른 성(姓)을 가진 세 집 이상의 밥을 먹어야 그해의 운이 좋다고 했어요. 나물 반찬은 지난 해 말려두었던 묵은 나물을 물에 불렸다가 삶아서 만드는데, 이것을 먹으면 다가올 여름에 더위를 타지 않는다고 해요. 또 김이나 취나물에 밥을 싸서 먹는 복쌈이란 풍습도 있어요. 복쌈은 복(福)을 싸서 먹는다는 뜻인데, 복을 기원하고 풍년이 들기를 바라는 의미가 있답니다.

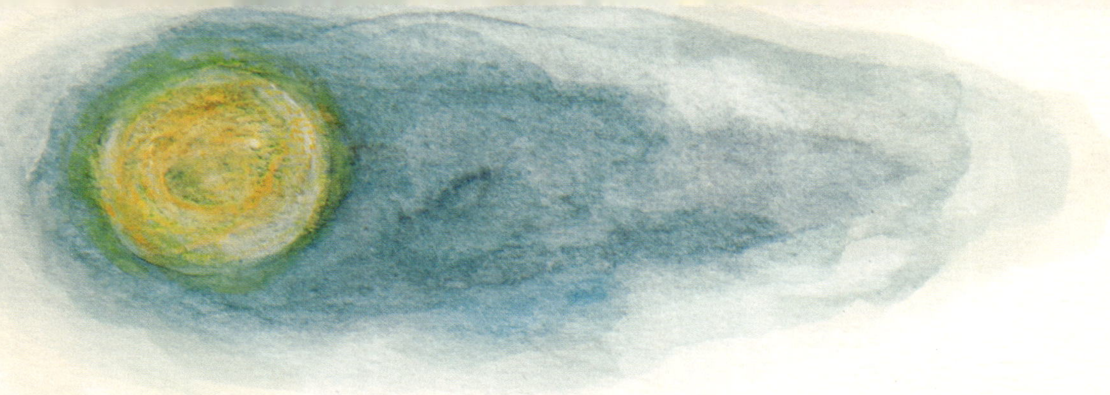

다른 음식으로는 약밥과 명길이 국수가 있어요. 약밥은 찰밥에 대추, 삶은 밤, 잣을 넣어서 찐 후 꿀, 참기름, 간장 등을 섞어 만든 거예요. 오래 살라고 국수도 먹는데 '명길이 국수'라고 해요. 남의 집에 다니며 이 국수를 얻어먹으면 병도 안 나고 몸도 튼튼해진다고 여겼어요. 대보름에는 음식을 계속 얻어먹어야 운이 좋아지나 봐요.

대보름날 아침에는 '부럼 깨기'를 해요. 밤, 호도, 잣, 은행 등을 '부럼'이라고 하는데, 아침에 일어나자마자 깨물어 먹으면서 부스럼이 나지 말라고 빌어요. 또, 아침에 '귀밝이술'이라고 해서 청주를 데우지 않고 차게 마시는 풍습이 있어요. 이 술을 마시면 귀가 더욱 잘 들리게 되고 일 년 동안 좋은 소식을 많이 듣게 된대요.

이 밖에 더위를 파는 풍습도 있어요. 해가 뜨기 전에 친구를 찾아가 이름을 불러서, 친구가

대답하면 "내 더위 사가라"고 말해요. 이 때 더위를 판 사람은 여름에 더위를 먹지 않고, 대답한 친구는 친구 몫까지 더위를 먹는다고 해요.

대보름에는 놀이도 많이 했어요. '다리 밟기'는 다리 위를 걷는 건데, 자기 나이만큼 다리를 밟으면 다리가 튼튼해진다고 해요.

또, 아이들은 연날리기를 해요. 낮 동안 연을 띄우다가 저녁이 되면 줄을 끊어 연을 날려 보내는데 나쁜 기운을 쫓아 보낸다는 뜻이지요. 저녁에는 논과 밭에 불을 놓는 '쥐불놀이'를 했어요. 놀이를 하면서 잡초와 해충을 태워주니까 한 해 농사에 도움을 주는 유익한 놀이지요. 하지만 쥐불놀이를 많이 하면 밤에 오줌을 쌀지도 모르니까 조심해야 해요.

KOREA

正月十五元宵节

共享美食

每年的阴历正月十五是传统的元宵佳节。在韩国“圆月”具有十分重要的意义，因此元宵节就更意味深远。元宵节的晚上，人们点起圆圆的灯笼，村子里的男女老少聚在一起进行祭祀，祈求新的一年获得大丰收。除此之外还有登山赏月，望月许愿灯活动。早在三国时代人们便开始过元宵节了，到现在已经有着十分悠久的历史了。虽然现在的元宵节跟以前不完全相同，但还是保留了很多过去的习俗。

元宵节人们共同分享美味的食物。吃五种谷物做成的五谷饭和用晒干的蔬菜做成的各种各样的盘菜。五谷饭里的五种谷物分别是米、粟、高粱、红豆和黄豆，人们把这些谷类合在一起做成五谷饭，许多人家把自己家做的五谷饭分给邻居朋友一同品尝。五谷饭也被叫做“百家饭”或“百舍饭”。如果吃到不同姓的三家做的五谷饭，代表一年好运。盘菜用去年晒干的蔬菜，把蔬菜放在水里煮着吃，吃这种菜可以让人们在夏天经受住炎热。同时还有用紫菜和野菜饱饭吃的习俗，称为“福包”，希望新的一年有福气。

野菜盘菜是把去年卷放着的菜放在水里煮着吃，吃这种菜也意味着可以抵抗住新一年夏天的炎热。初此之外人们还有把紫菜或是其他野菜一同包着吃的风俗，把这种吃法叫做“福包”，也就是有福之意，希望新的一年福禄满满。

八宝饭和长寿面也是元宵节的美食之一。八宝饭是在糯米饭里放入大枣、熟的栗子、松子一起蒸，蒸好后再加入蜂蜜、香油和酱油等一起搅拌。吃面条有长寿的意思，因此，元宵节时吃的面叫“长寿面”。如果去朋友家并吃到他家做的面的话，就表示一年里不生病，身体健康。元宵节那天一直能够得到食物吃就代表一年的运气越来越来好！

元宵节的早上要嗑干果。栗子、核桃、松子、银杏等被称作干果，早上一起床就咬干果吃希望新的一年不生疮。同时早上还要喝“聪耳酒”，即清酒不加冷饮的风俗。喝下酒，耳朵听声音更清晰，一年里能听到很多很多的好消息。

除了这些以外，还有“卖热”的风俗。早晨太阳升起以前，找朋友喊朋友的名字，朋友回答说“我买了！”，这位喊热的朋友夏天的时候就不会怕热，回答的朋友把对方那份热也承担下来了。

元宵节的游戏也很多。有一种游戏叫“踩桥”，就是在桥上走，如果踩的桥和自己的年龄一样的话，身体就会变结实。那天孩子们也一起放风筝，白天放风筝，到了晚上剪断风筝线，让风筝飞向天空，一年的厄运就随着飞走了。夜晚，用火点燃水稻和田地，做“烧老鼠”的游戏。烧杂草和害虫对新一年的农活有帮助，如果烧老鼠的游戏玩得太多，晚上可能会尿裤子，所以要小心！

Ngày Rằm tháng Giêng

Cùng chia nhau ăn thức ăn ngon trong ngày Trăng rằm

Ngày Rằm tháng Giêng là ngày 15 tháng 1 âm lịch. Vì ở Hàn Quốc ý nghĩa của việc 'trăng tròn' rất to lớn, nên người ta nghĩ ngày trăng tròn có ý nghĩa sâu sắc. Đến đêm ngày rằm thì trong mọi nhà thắp đèn và người trong làng tụ tập cúng bái cầu nguyện một năm sung túc. Và họ vừa lên núi ngắm trăng vừa hành lễ 'thưởng nguyệt' cầu nguyện mong ước. Người ta nói vì ngày Rằm tháng Giêng từ thời Tam quốc đã được tiến hành như ngày lễ nên nó là ngày lễ đã có từ lâu. Bây giờ cũng không còn như ngày xưa nữa nhưng mà nhiều phong tục vẫn còn lưu lại.

Vào ngày trăng rằm, mọi người dâng thức ăn ngon rồi cùng chia nhau ăn. Thường ăn những món như cơm ngũ cốc làm từ năm loại ngũ cốc, món phụ rau củ làm từ rau khô, cơm thuốc v.v... Cơm ngũ cốc là cơm nấu có trộn gạo nếp, ngô, đậu, hạt kê, lạc và, mọi người chia cùng nhau ăn cơm ngũ cốc của vài nhà. Người ta gọi việc này là cơm trăm nhà hoặc bách gia cơm. Người ta nói rằng khi này phải ăn cơm của hơn 3 gia đình mang họ khác nhau thì vận của năm đó sẽ tốt. Rau củ ăn kèm là rau củ được phơi khô từ năm trước lại rồi ngâm trong nước và lấy ra luộc chin, nếu ăn cái này vào thì sẽ không bị cảm nắng. Ngoài ra cũng có phong tục gọi là gói phúc tức là ăn cơm gói trong lá 'Kim' hoặc cây Chinamul'. 'Bok Sam' nghĩa là gói phúc lại rồi ăn và mang ý nghĩa là cầu mong một năm sung túc và nhiều phúc.

Những thức ăn khác còn có cơm thuốc và canh mì 'Myong Gi Li'. Cơm thuốc làm bằng cách cho hạt thông, hạt dẻ luộc, táo đỏ vào cơm nếp chín rồi trộn lẫn với mật ong, dầu mè, tương v.v...Ngoài ra, người ta còn ăn một loại canh mì để sống lâu gọi là 'canh mì 'Myong Gi Li'. Người ta nghĩ rằng nếu đến nhà người khác nhận và ăn loại canh mì này thì sẽ không bị bệnh và cơ thể cũng sẽ trở nên rắn chắc. Xem ra ngày rằm phải liên tục nhận ăn thức ăn thì vận sẽ tốt lên.

Vào sáng ngày rằm, mọi người thường 'đập hạt Bu Rơm'. Người ta gọi hạt Bu Rơm là những hạt như hạt dẻ, hạt bí, hạt thông, hạt bạch quả v.v... và, vào buổi sáng khi vừa ngủ dậy thì họ vừa cắn hạt ăn vừa cầu nguyên cho không bị mụn nhọt. Ngoài ra, còn có phong tục uống rượu lạnh không đun nóng rượu trắng lại vào buổi sáng gọi là rượu tai thính. Nếu uống rượu này thì tai sẽ nghe rõ hơn và trong một năm sẽ nghe được nhiều tin tốt lành.

Thêm nữa còn có phong tục gọi là bán cái nóng. Trước khi mặt trời lên, người ta đi tìm bạn và gọi tên người đó. Nếu người bạn trả lời thì nói là "Hãy đến mua cái nóng của mình đi". Khi này thì người bán cái nóng vào mùa hè sẽ không bị cảm nắng, và người bạn trả lời sẽ cảm nắng thay cho bạn.

Vào ngày rằm trò chơi cũng rất nhiều. 'Đi trên cầu' là việc đi bộ trên cây cầu, nhưng nếu bước đi trên cầu theo số tuổi của mình thì chân sẽ rắn chắc.

Ngoài ra, những đứa trẻ cũng chơi thả diều. Ban ngày thì chúng thả diều và đến đêm thì chúng cắt dây diều cho diều bay lên và nó có nghĩa là xua đuổi vận xấu. Vào buổi tối thì chơi 'trò lửa chuột' tức là đốt lửa trên đồng và ruộng. Nó là trò chơi có ích vì giúp cho vụ mùa trong năm do đốt cháy lũ côn trùng và cỏ dại. Nhưng nếu chơi nhiều trò lửa chuột thì vào ban đêm không biết chừng lại sẽ tè ra quần nên phải thật cẩn thận.

Хаврын тэргүүн сарын шинийн арван таван

Шинийн арван тавны өдөр амттай хоол хамт идэцгээдэг

Хаврын тэргүүн сарын шинийн арван таван гэж билгийн тооллын 1-р сарын 15-ны өдрийг хэлдэг. Солонгост "арван тавны сар"-ын бэлгэддэг утга учир чухал учраас арван тавны сарыг ихэд бэлгэшээдэг. Солонгосчууд арван тавны сартай шөнө гэртээ дэнлүү асааж, тосгоноороо цуглан ургац сайтай элбэг дэлбэг сайхан жил болоосой хэмээн тахил өргөдөг байжээ. Бас уулан дээр гарч сар луу харан хүслээ шивнэдэг "манвол" гэдэг үйлийг үйлддэг. Хаврын тэргүүн сарын шинийн арван тавны өдрийг Гурван улсын үеэс тэмдэглэн өнгөрүүлдэг байснаас үзэхэд өнө удаан түүхтэй ёслол ажээ. Мэдээж эрт дээр үеийнх шиг биш хэдий ч өнөө үед энэ ёс заншлаас нилээд хэсэг нь хадгалагдаж ирсэн байна.

Шинийн арван тавand амттай хоол бэлтгэн хамт идэцгээдэг. Таван төрлийн үр тариагаар хийсэн угугпаб болон хатаасан ногоогоор хийсэн хачир бэлтгэдэг. Угугпабыг таван төрлийн үр тариа буюу цагаан будаа, шар будаа, сорго, улаан шош, вандуйг зэргийг хольж бэлтгэдэг бөгөөд айл хөршүүдтэйгээ угугпабыг хуваалцдаг байжээ. Үүнийг пэггабан буюу пэгжибпаб гэдэг. Мөн өөр өөр овогтой гурваас дээш айлын хоолноос амсаж байж тэр жилдээ аз хийморьтой байна гэдэг.

Ногоогоор хийсэн хачир нь өнгөрсөн жилийн хатааж хадгалсан ногоог усанд дэвтээж чанаж болгон бэлтгэдэг бөгөөд үүнийг идсэнээр удахгүй ирэх зуны аагим халуун улирлыг давж гарна гэдэг ажээ. Мөн ким болон гэсэртийн навчинд жигнэсэн будааг ороож иддэг бугссам гэдэг заншил ч бий. Бугссам нь буг буюу буян хишгийг ороож иднэ гэсэн утгатай бөгөөд буян хишгийг даллаж, арвин ургац авахыг бэлгэшээсэн утгатай ажээ.

Өөр хоолны төрлөөс дурдая гэвэл ягпабаас гадна түмэн наст гоймонг хэлж болох юм. Ягпабыг наанги цагаан будаан дээр улаан чавга, чанасан туулайн бөөр модны самар, хушны самрыг хольж жигнэж болгоод зөгийн бал, гүнжидийн тос, цуу зэргийг нэмж хийдэг. Урт удаан наслахыг бэлгэдэж "түмэн наст гоймон"г иддэг. Айл хөршийндөө айлчлан түмэн наст гоймонг идвэл өвчин зовлонгүй эрүүл энх болдог гэдэг байжээ. Шинийн арван таванд хоол идээгээ хуваалцсанаар хишиг буян дэлгэрдэг юм болохоор тэр юм болов уу.

Хаврын тэргүүн сарын шинийн арван тавны өглөө "бүром хагалах" ёсыг үйлддэг. Туулайн бөөр модны самар, хушга, хусны самар, мөнгөн гүйлс модны самар зэргийг бүром гэдэг бөгөөд өглөө босонгуутаа эдгээрийг хагалж идэнгээ "загатнуур өвчин бүү гараг" гэж залбирдаг. Бас энэ өдрийн өглөө чих сонор болгогч сархад буюу буудайн дарсыг халаахгүй хүйтнээр нь уудаг заншил бий. Үүнийг ууснаар сонсгол сайжирч тухайн жилдээ сайн сайхан зүйлийг их сонсох болно гэдэг аж.

Үүнээс гадна халууныг зардаг заншил ч байдаг. Нар мандахаас өмнө найзынхаа гэрийг зорин очоод нэрийг нь дууддаг бөгөөд нэрээ сонссон найз нь үүнд хариулбал "Миний халууныг аваад яв" гэж хэлдэг. Ингэж халуунаа зарсан хүн нь ирэх зуны халуунд халдаггүй бөгөөд хариу хэлсэн найз нь халуунаа зарсан найзынхаа халууныг хүртэл нэмж халдаг гэнэ.

Хаврын тэргүүн сарын шинийн арван таванд тоглодог тоглоом наадгай ч бас бий. Үүний нэг нь "гүүр гишгэх" гэдэг наадгай бөгөөд гүүрэн дээгүүр алхаж гарахдаа өөрийхөө насны тоогоор дэвсэлж гарвал хөл нь бахим бяртай болно гэдэг.

Бас хүүхэд багачууд цаасан шувуу хийсгэдэг. Өдөр нь цаасан шувуугаа хөөргөн наадаж байгаад үдэш болмогц цаасан шувууныхаа уяаг тасдаж хийсгэж орхидог бөгөөд энэ нь муу муухайг үлдэн хийсгэж байгааг бэлгэддэг утгатай. Орой нь тариан талбайд гал асаадаг "жүибүлнури" гэдэг үйлийг үйлддэг. Зэрлэг ургамал болон хортон шавьжийг гал асаан устгадаг нь ургац арвин авахад сайн нөлөөтэй ашиг тустай наадгай юм. Гэхдээ энэ наадгайгаар хэт их наадваас шөнө орондоо шээдэг гэдэг тул болгоомжлох хэрэгтэй.

단오절에 부채를 선물해요

단오는 음력 5월 5일이에요. 수릿날이라고도 불러요. 이날엔 수리취나 쑥으로 수레바퀴 모양의 문양을 낸 '수리떡'을 만들어 먹었는데, 건강에 좋은 음식이었다고 해요. 그 모양이 수레바퀴와 같아서 붙여진 이름이라고 해요.

이날에는 '단오선(端午扇)'이라고 해서 임금이 신하들에게 부채를 선물하는

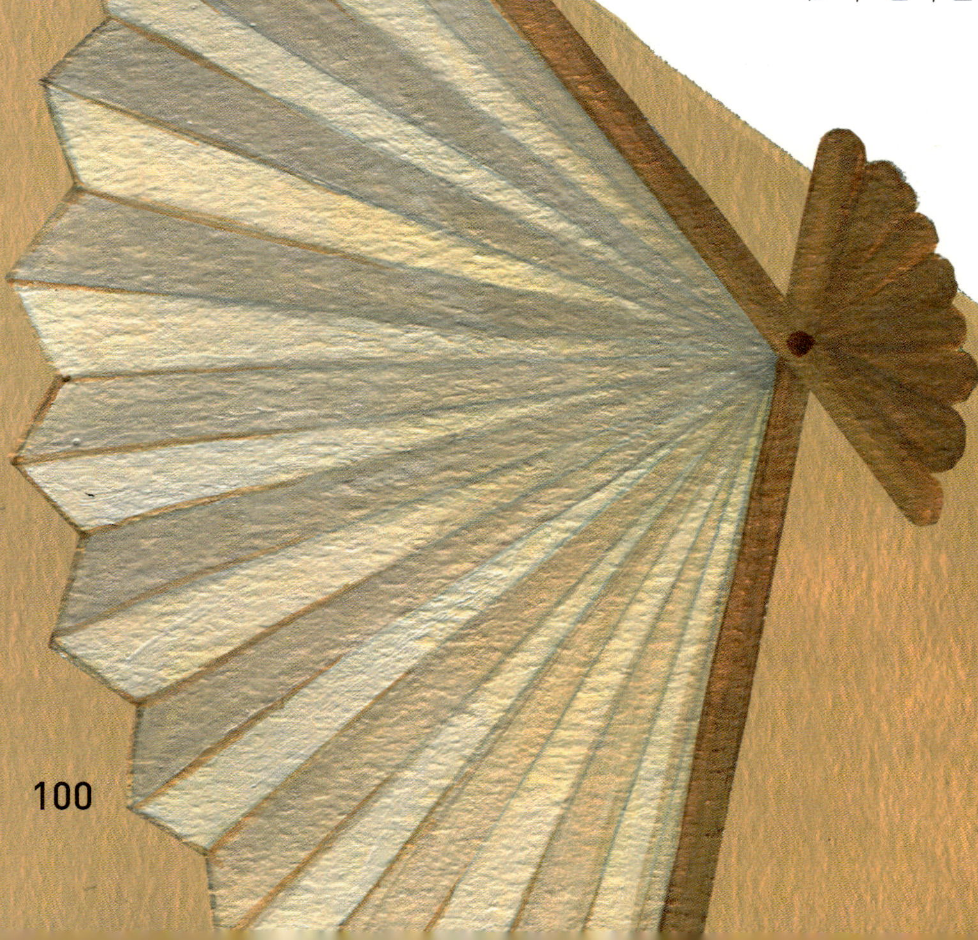

풍습이 있어요. 단오가 다가오면 대나무가 많이 자라는 지역에서는 부채를 만들어서 임금님에게 바치고, 임금님은 이 부채를 신하들에게 나누어 주었어요. 이 풍습이 민간에도 전해져서 사람들은 단오가 되면 친척과 친구들에게 부채를 선물하게 되었어요. 여름을 시원하고 건강하게 보내라는 의미가 담겨 있어요.

단오가 되면 창포를 삶은 물에 머리를 감고 창포 뿌리를 깎아 비녀를 만들어 꽂는 풍습도 있어요. 창포는 나쁜 기운과 병을 없애는 힘이 있고 머릿결도 좋게 해 준다고 해서 이 풍습은 오늘날까지 이어지고 있어요. 또, 단옷날 다섯 가지 색깔의 실을 엮어 팔찌를 만들어 팔에 매었는데 이것도 나쁜 기운을 물리치고 건강하라는 의미가 담겨 있어요.

풍요를 기원하는 행사로는 '대추나무 시집보내기'가 있어요. 단오절 정오에 대추나무 가지 사이에 돌을 끼워 놓는 것이에요. 이렇게 하면 그 해에 많은 열매가 열린다고 해요. 대추나무뿐만 아니라 열매를 맺는 모든 나무를 다 시집보낼 수 있어요. 단오 무렵에는 대추가 막 열리기 시작해서 특히 대추나무 시집보내기라고 한대요.

단오절에 여자들이 하는 놀이로는 '그네뛰기'와 '널뛰기'가 있어요. 단오가 되면 집 안에 그네를 매어 놓고, 그네뛰기를 하면서 집 밖을 엿보았어요. 한복을 입고 그네를 뛰는 모습이 아주 아름다워요. 그래서 유명한 고전 소설 '춘향전'의 이몽룡도 춘향이가 단옷날 그네 뛰는 모습을 보고 반했지요.

남자들이 하는 놀이로는 씨름이 있어요. 두 사람이 힘과 기술을 겨루어 상대를 먼저 땅에 넘어뜨리는 것으로 승부를 결정하는 민속놀이예요. 씨름에서 우승한 사람에게는 상으로 황소를 주었어요.

옛날에는 단오가 풍년을 기원하는 날이어서 단오제를 크게 지냈지만, 지금은 '강릉단오제'만 남아 있어요. 세계문화유산으로도 지정되어 있는 '강릉단오제'를 본 적이 있나요?

端午

端午节送扇子

阴历5月5日是端午节。韩国语称作车轮节。那天用“狗舌草”或“艾草”做成车轮状的切糕吃，切糕形状与车轮很像，因此把那天叫做车轮节。

那天王把“端午扇”作为礼物送给大臣们。端午节前后，把用松树生长得最茂盛的地方制作成的扇子献给王，王再把这些扇子分发给大臣们。这种风俗也传到了民间，一到端午节，人们就也把扇子当礼物送给亲朋好友。这种送扇子的风俗蕴含着人们的美好祝福，希望在炎热的夏天凉爽健康。

端午时，人们用煮菖蒲的水洗头发，切菖蒲根做簪子戴。菖蒲可以驱除厄运和疾病，还有护法的作用，这种风俗被保留至今。除此以外，端午节时，还要佩戴用五色彩线编制成的五彩线手链，也有除去厄运，希望健康之意。

为祈求一年的丰收而举行“枣树出嫁”活动。端午节那天中午时分，在枣树树枝中间放一块石头，预示着新一年结出更多的果实。但也不一定是枣树出嫁。能结果的所有树木都可以这么做。端午时正是枣树开始结果的时期，因此人们把这样的活动叫做“枣树出嫁”。

端午节那天女孩子们荡秋千。快到端午的时候，在家里安好绳子做成秋千，女孩子们一边荡秋千，一边向外望。穿着韩服荡秋千的样子非常美丽。所以在有名的经典小说“春香传”里，李梦龙就是在端午节那天看到荡秋千的春香一见钟情的。男孩子们进行扳腕子比赛，这是一项传统的民俗游戏。比赛时，两个人依靠力量和技术先把对方扳倒在地的话就获得了胜利。比赛中奖给获胜的人一头黄牛。

以前端午节是祈求丰收的日子，端午节都要隆重地度过。现在留下来的只有江陵的端午节。你去过被指定为世界文化遗产的江陵端午节吗？

Đan Ô

Tặng quạt ngày Đan Ô

Đan Ô là ngày mùng 5 tháng 5 âm lịch. Tiếng Hàn gốc gọi là ngày 'Suri'. Ngày này người ta làm và ăn bánh nếp có hình dạng bánh xe từ 'cây rau Suri' hoặc 'cây ngải cứu' và hình dạng đó giống bánh xe nên người ta gọi tên được thêm vào như vậy.

Vào ngày này gọi là 'quạt Đan Ô' nên có phong tục vua tặng quạt cho cận thần. Nếu đến Đan Ô thì ở vùng cây tre mọc nhiều sẽ làm quạt dâng vua và vua sẽ chia quạt cho các cận thần. Phong tục này cũng dần truyền đến dân gian nên đến Đan Ô mọi người thường tặng quạt làm quà cho họ hàng và bạn bè. Nó chứa đựng ý nghĩa rằng hãy trải qua một mùa hè thật khỏe mạnh và mát mẻ.

Đến ngày Đan Ô cũng có phong tục gội đầu trong nước luộc cây diên vĩ và cắt gốc cây diên vĩ làm trâm cài đầu. Diên vĩ được cho rằng có sức mạnh xua đuổi bệnh tật và vận xấu và làm cho tóc tốt óng ả nên phong tục này vẫn còn đến ngày nay. Ngoài ra, người ta còn buộc chỉ năm màu trong ngày Đan Ô làm vòng tay đeo vào cổ tay và việc này cũng mang ý nghĩa xua đi vận xấu và có thể sống khỏe mạnh.

Sự kiện cầu mong sự sung túc có việc 'Gả chồng cho cây táo đỏ'. Đó là việc vào chính ngọ ngày Đan Ô thì đặt hòn đá lên giữa những cành cây táo đỏ. Nếu làm như thế này thì năm đó cây sẽ ra nhiều quả. Tuy nhiên không nhất thiết chỉ mỗi cây táo đỏ là gả chồng được. Tất cả những cây ra quả đều có thể gả chồng. Vào khoảng lễ Đan Ô thì cây táo đỏ bắt đầu ra quả nên người ta đặc biệt gọi là 'gả chồng cho cây táo đỏ'

Ngày Đan Ô những cô gái có trò chơi là đánh đu và nhảy dây. Đến ngày Đan Ô họ buộc ghế đo trong nhà và vừa đánh đu vừa nhìn trộm ra ngoài nhà. Hình dáng họ mặc Han-bok và đánh đu rất là đẹp. Vì vậy Lee Mong Ryong của 'Truyện Chun Hyang' tiểu thuyết cổ điển nổi tiếng cũng nhìn thấy hình dáng Chun Hyang đánh đu trong ngày Đan Ô và phải lòng cô.

Những người đàn ông thì thi đấu vật. Đấu vật là trò chơi dân tộc mà hai người thi đấu kỹ thuật và sức mạnh, quyết định thắng cuộc bằng việc vật ngã đối phương xuống đất trước. Trong đấu vật phần thưởng cho người thắng cuộc là con bò vàng.

Ngày xưa Đan Ô là ngày cầu mong một năm sung túc nên từng làm lễ hội Đan Ô rất lớn nhưng bây giờ chỉ còn lại lễ hội Đan Ô Gangnung. Bạn đã từng xem lễ hội Đan Ô Gangnung được công nhận làm di sản văn hóa thế giới chưa?

Тану

Билгийн тооллын тавдугаар сарын шинийн таванд дэвүүр бэлэглэдэг

Тану ёслол нь билгийн тооллын 5-р сарын 5-нд тохиодог. Солонгосоор сүриннал гэж ч нэрлэдэг. Энэ өдөр “гурвалжин их зул” өвс болон “агь” өвсөөр тэрэгний дугуйн хүрд хэлбэртэй тутраган жигнэмэг хийдэг бөгөөд хүрд хэлбэртэй жигнэмэг иддэг учраас ийн нэрлэдэг болсон гэнэ.

Энэ өдөр “танусон” буюу хаан албат түшмэдүүддээ дэвүүр бэлэглэдэг заншил бий. Тану баярын үеэр хулс мод их ургадаг нутагт дэвүүр бэлтгэн хаанд өргөн барьдаг бөгөөд хаан эдгээр дэвүүрийг түшмэдүүддээ бэлэглэдэг байжээ. Энэ ёс ард түмний дунд мөн өргөн дэлгэрч хүмүүс тану баярын үеэр төрөл садан найз нөхдөдөө дэвүүр бэлэглэдэг уламжлалтай болсон гэдэг. Зуныг халууцалгүй эрүүл сайхан өнгөрөөхийг бэлэгшээсэн утгатай ажээ.

Танугийн үеэр цахилдаг хийж буцалгасан усаар үсээ угааж, цахилдагийн үндсээр хатгуур хийж үсэндээ зүүдэг уламжлал ч бий. Цахилдаг нь сөрөг муу зүйлс болон өвчинг хөөж зайлуулдаг шидтэй бөгөөд үсийг ч мөн гялалзсан өнгөлөг болгодог гэдэг бөгөөд энэ уламжлал өнөө хэр уламжлагдаж ирсэн байна. Мөн, танугийн үеэр таван өнгийн утсыг сүлжиж хийсэн бугуйвчийг гартаа зүүдэг бөгөөд энэ нь мөн муу муухайг зайлуулж эрүүл байлгадаг гэсэн утгатай гэнэ.

Элбэг дэлбэг байхыг бэлгэдсэн “улаан чавганы модыг хадамлуулах” гэдэг ёслол бий. Тану баярын өдөр үд дундын үед улаан чавганы модны мөчирт чулуу хавчуулан орхидог байна. Ингэвэл тухайн жилд үр жимс нь арвин ургадаг гэдэг. Гэхдээ заавал улаан чавганы мод гэлгүй үр жимс ургадаг бүх модонд энэхүү ёслолыг үйлдэж болно. Танугийн үеэр улаан чавга боловсорч эхэлдэг учраас улаан чавганы модыг хадамлуулах гэж нэрлэх болсон байна.

Тану баярын үеэр эмэгтэйчүүд савлуураар савлан наадаг. Танугийн үеэр гэртээ савлуур хийж савлуураар савлангаа хашааны гаднах орчинг ажигладаг байжээ. Ханбуг өмсөөд савлуураар наадах нь нэн үзэсгэлэнтэй харагддаг. Тиймээс эртний алдарт “Чүнхянжон” гэдэг зохиолд гардаг зохиолын гол дүр болох Чүнхяныг тану баяраар савлуураар наадаж байхыг харсан И муннюун түүний үзэсгэлэнт төрхөд сэтгэл алдардаг билээ.

Тану баяраар харин эрчүүд нь солонгос үндэсний бөх барилддаг. Энэ нь хос хосоороо хүч бяраа уралдуулан барилдаж газарт түрүүлж хүрсэн хүнийг унасанд тооцдог үндэсний наадгай юм. Бөхийн барилдаанд түрүүлсэн хүнийг үхрээр шагнадаг байжээ. Эрт дээр үеэс тану баяр нь ургац арвинтай байхыг бэлгэдэн ёсолдог байсан учраас тану баярыг өргөн тэмдэглэдэг байсан бол өдгөө Ганнын нутагт л энэ уламжлал хадгалагдан үлдсэн байна.

Дэлхийн соёлын өвд бүртгэгдсэн энэхүү баярыг та бүхэн мэдэх үү?

동지

동지에는 팥죽을 먹어요

동지는 일 년 중 밤이 가장 길고 낮이 가장 짧은 날이에요. '작은 설'이라고도 해요. 이날은 양력으로는 12월 22~23일 정도예요. 그런데 음력으로 따져서 11월 초에 동지가 되면 애동지, 11월 말에 되면 노동지라고 불렀어요.

동지에는 옛날부터 팥죽을 먹었어요. 팥죽은 팥을 고아 죽을 만들고, 여기에 새알만한 크기의 찹쌀 단자인 '새알심'을 넣어 끓여 먹는 음식이에요. 팥죽으로 고사를 지내고 방, 장독, 헛간 같은 곳에 놓아두었다가 다 식으면 식구들이 모여서 먹었어요. 팥죽을 쑤어 고사를 지내는 것은 이 음식을 신에게 바친다는 뜻이고, 집안 곳곳에 놓아두는 것은 귀신을 쫓는다는 의

미예요. 사람들은 설에 떡국을 먹는 것처럼 동지에 팥죽을 먹어야 나이를 한 살 더 먹는다고 생각했어요.

어떤 지방에서는 대문이나 문 근처 벽에 뿌렸다고도 해요. 그렇지만 팥죽을 동지에만 먹었던 건 아니에요. 경사스러운 일이 있거나 좋지 않은 일이 있을 때에도 팥죽, 팥떡을 해 먹었어요. 그런데 애동지에는 팥죽 대신 팥시루떡을 해 먹었어요. 아마도 애동지는 아기동지니까 떡을 해 주고, 노동지는 할머니 할아버지 동지니까 드시기 좋게 팥죽을 하는 건 아닐까 해요.

이 날에는 여러 가지 현상을 보고 다음 해의 농사일을 점쳤는데, 그중 '용갈이'라는 것이 있어요. 동짓날이 되면 기온이 영하로 내려가기 때문에 연못이 얼어붙는데, 그 모양이 쟁기로 밭을 갈아놓은 것처럼 보여요. 사람들이 그걸 보고 용이 갈아 놓은 것이라고 생각해서 '용갈이'라고 하는데 이 모양이 어떠냐에 따라 이듬해 농사가 결정된다고 보았어요. 남쪽에서 북쪽으로 모양이 생기면 풍년이 든다고 했고, 서쪽에서 동쪽으로 모양이 나 있으면 흉년이 든다고 했어요. 그럼 아무렇게나 생기면 농사가 어떻게 될까요? 그냥 예전과 같은 정도래요.

기억할 만한 풍습은 임금이 새해 달력을 만들어 신하들에게 나누어주는 거예요. 단오에는 부채를 선물했는데, 동지에는 달력을 선물해요. 이것을 가리켜 '하선동력(夏扇冬曆)'이라고 해요. 달력에는 한 해의 농사 시기와 길일에 대해 자세히 나타나 있기 때문에 일상생활에서 유용하게 사용되었어요. 요즘에도 연말에 달력을 선물하는데 바로 이 풍습에서 유래한 거예요.

이때 제주도만의 특별한 풍습으로 특산물인 귤을 임금님에게 바치는 행사가 있었어요. 지금은 흔하지만 옛날에는 귤이 아주 귀한 과일이었거든요. 임금님은 귤을 사당에 올리고 신하들에게도 나누어 주었지요. 그리고 진기한 과일을 가져온 것을 기쁘게 여겨 임시 과거를 실시해서 인재를 등용했는데, 이것을 '황감제(黃柑製)'라고 해요.

요즘은 동지를 큰 명절로 생각하지는 않아요. 그래도 팥죽을 쑤어 먹는 풍습은 여전히 남아 있어요. 이번 동지에는 모두 팥죽을 쑤어 먹어 볼까요? 그런데 애동지면 어떡하죠?

冬至

冬至吃红豆粥

冬至是一年中黑天最长，白昼最短的日子，也称作“小年”。每年的阳历12月22-23日左右为冬至。如果冬至的日期在阴历11月初，叫做初冬至；在11末的话就叫做晚冬至。从以前开始，冬至时吃红豆粥。红豆粥就是把红豆熬成粥，在熬好的红豆里放入鸟卵大小的糯米团“鸟卵心”，一起煮后便可食用。红豆粥做好后，要进行告祀，把粥放到房间、酱缸、库房等地方，等到粥凉了以后，全家人一起吃红豆粥。熬红豆粥进行告祀是将食物敬献给神的意思，在家里的各个地方放上红豆粥也有驱鬼的含义。

如同人们春节时吃年糕汤一样，冬至时吃红豆粥表示又长大了一岁。有的地方把红豆粥撒在大门或者大门附近的墙上。但是不只是在冬至的时候才吃红豆粥。有值得庆贺或不好的事情时，也吃红豆粥、红豆年糕。初冬至，人们吃豆沙糯米糕代替红豆粥。因为初冬至有孩子冬至的意思，因此吃年糕。晚冬至是爷爷奶奶冬至，所以吃红豆粥更好。

人们通过观察冬至那天的很多现象，可以占卜第二年的农事情况。其中有一种叫“龙耕”。如果冬至那天，气温降到零下，莲花池的水面就会结冰，水面冻的样子就像用犁耕过的田地。人们看到水面的样子就想起了龙耕田的样子，不同的样子决定了第二年的农事。如果从南到北预示着来年是个丰收的一年，如果从西到东，就是荒年。如果没有任何的花纹那么农事如何呢？如果那样的话说明第二年的农事是与前一年一样的。

值得记住的风俗还有王把制作好的新年挂历分发给大臣们。端午节的时候送扇子，冬至的时候的礼物是挂历。我们把这种风俗叫做“夏扇冬历”。挂历上标记着一年里农事的日期和吉日，对日常生活非常有用处。最近年末的时候送挂历的风俗就是从古时候流传下来的。

冬至那天，济州岛的风俗十分特别。橘子是济州岛的特产，冬至时进行给王敬献橘子的仪式。现在橘子很多，可是在以前橘子是很珍贵的食物。王把橘子呈放在祠堂上，然后分发给大臣们。把珍贵的水果带来分给大家是件高兴的事情，同时要举行临时科举考试录用人才。这就是所谓的“黄柑制”。

最近，人们不把冬至看作是重要的节日。但是吃红豆粥的习俗被保留下来了。今年的冬至一起熬红豆粥吃怎么样？如果是初冬至的话该怎么办呢？

Đông Chí

Vào Đông Chí ăn cháo đậu

Đông Chí là ngày mà trong một năm đêm dài nhất và ngày ngắn nhất. Người ta còn gọi là 'Tết ngắn'. Ngày này theo dương lịch là khoảng ngày 22~23 tháng 12. Tuy nhiên theo âm lịch Đông Chí vào khoảng đầu tháng 11 thì gọi là Đông Chí trẻ, rơi vào cuối tháng 11 thì gọi là Đông Chí già.

Từ ngày xưa vào Đông Chí người ta ăn cháo đậu. Đó là thức ăn do luộc đậu nấu cháo và thả 'bánh đậu đỏ' làm từ gạo nếp to khoảng cái trứng chim vào đây đun lên rồi ăn. Nếu tất cả đều nấu cháo đậu thì họ sẽ cúng tổ tiên và để cho nguội ở một vài nơi trong nhà như là nhà kho, chum vại, phòng v.v...rồi mọi thành viên quây quần lại ăn. Việc nấu cháo và vũng lễ có nghĩa là dâng thức ăn này tới thần linh và, việc đặt nó ở mọi nơi trong nhà là ý nghĩa xua đuổi ma quỷ. Mọi người nghĩ rằng giống như việc ăn canh Ttok-cuc vào dịp tết thì phải ăn cháo đậu vào Đông Chí cũng là tăng thêm một tuổi.

Ở vùng nào đó người ta còn đổ cháo lên tường gần gửa hoặc cửa chính. Nhưng không phải là chỉ ăn cháo đậu vào Đông Chí. Khi có việc vui hoặc việc không tốt người ta cũng nấu và ăn cháo đậu. Và vào Đông Chí trẻ thay vì cháo đậu người ta làm và ăn bánh nếp hấp. Cũng có lẽ vì Đông Chí trẻ là Đông Chí trẻ con nên người ta làm bánh nếp và Đông Chí già là Đông Chí ông bà nên người ta muốn làm cháo đậu đỏ cho dễ ăn chăng.

Vào ngày này người ta quan sát vài hiện tượng và dự đoán việc nông trong năm sau và trong đó có việc gọi là 'rồng cày bừa'. Nếu đến ngày Đông Chí vì nhiệt độ hạ xuống dưới 0 độ nên mặt ao bị đóng băng. Tuy nhiên hình ảnh đó lại trở nên giống như việc cày ruộng bằng cày vậy. Vì vậy nên người ta nói rằng rồng đã cày bừa và gọi là rồng cày bừa, nhưng theo hình dạng này thế nào thì việc nông năm sau sẽ được quyết định. Nếu hình dạng kéo từ nam sang bắc thì sẽ rất sung túc, còn nếu hình dạng từ tây sang đông thì sẽ là một năm xấu. Vậy nếu nó không ra hình gì việc nông sẽ thế nào đây? Nếu vậy thì sẽ ở mức độ giống như cũ.

Phong tục đáng nhớ là việc vua làm lịch năm mới để chia cho cận thần ngày này. Vào ngày Đan Ô, đã tặng quạt nhưng vào ngày Đông Chí thì tặng lịch. Người ta gọi việc này là Hạ quạt đông lịch. Vì trong lịch có biểu thị chi tiết về ngày tốt và thời kỳ nông vụ của một năm nên được dùng một cách hữu dụng trong sinh hoạt thường ngày. Dạo này mọi người cũng tặng lịch vào cuối năm và đó chính là kế thừa phong tục này.

Lúc này có sự kiện dâng quýt sản vật đặc biệt lên vui bởi phong tục đặc biệt chỉ có ở đảo Jeju. Giờ thì nó cũng thông thường nhưng ngày xưa quýt đã là thức ăn rất quý. Vua đặt quýt trong cung và cũng chia cho các cận thần. Và nhà vua thấy vui về việc có hoa quả hiếm nên tổ chức khoa cử tạm thời để đăng dụng nhân dài, người ta gọi việc này là 'lễ Cam Vàng'.

Giờ đây mọi người không còn nghĩ rằng Đông Chí là ngày lễ lớn. Dù vậy phong tục ăn cháo đậu đỏ vẫn còn như trước. Đông Chí này tất cả thử nấu cháo đậu đỏ ăn chứ? Tuy nhiên nếu là Đông Chí trẻ thì phải làm sao đây?

Өвлийн туйл

Улаан буурцагны зутан иддэг өдөр

Өвлийн туйл нь жилийн дундаас шөнө хамгийн урт үргэлжилж өдөр хамгийн богино болдог өдөр тохиодог. Энэ өдрийг “бага сол” гэж ч нэрлэдэг. Өвлийн туйл нь аргын тооллын 12-р сарын 22~23-ны орчим тохиодог. Гэвч билгийн тооллын 11-р сарын эхээр өвлийн туйл тохиовол балчир дунжи, 11-р сарын сүүлээр тохиовол их дунжи гэдэг.

Эрт дээр үеэс өвлийн туйлаар улаан буурцагны зутан иддэг байжээ. Улаан буурцгийг чанаж зутан хийгээд, зутандаа шувууны өндөгний дайтай наанги тутрагаар хийсэн жигнэмгийг хавтгай хэрчиж хийсэн “сэалшим”-ийг нэмж хийгээд чанаж бэлтгэдэг. Зутан бэлэн болмогц онгодоо тахиж, өрөө тасалгаа, шавар ваар, агуулах зэрэгтээ тавьж хөргөөд ам бүлээрээ хамт суун идэцгээдэг байжээ. Улаан буурцагны зутангаар онгодоо тахих нь бурхан шүтээндээ өргөж буй утгатай бөгөөд гэрийнхээ хаа сайгүй тавьж орхидог нь чөтгөрийг хөөдөг гэж үздэг.

Цагаан сараар ддогггүг иддэгийн адил өвлийн туйл буюу дунжигийн үеэр улаан буурцагны зутан идэж нэг нас нэмдэг гэдэг байна. Зарим нутагт гэрийнхээ хаалга болон хатавч руу улаан буурцагны зутан цацдаг байсан гэнэ. Улаан буурцагны зутанг зөвхөн дунжи төдийгүй тэмдэглэлт баярт үйл явдал болон мөн муу зүйл тохиолдсон үед ч бас иддэг ба улаан буурцагтай тутрагын жигнэмэг иддэг байна. Гэхдээ балчир дунжи тохиовол улаан буурцагны зутангийн оронд улаан буурцагтай тутрагын жигнэмэг иддэг. Магадгүй балчир дунжи нь бага балчир гэсэн утгатай болохоор тутрагын жигнэмэг иддэг байх, харин их дунжи нь хөгшин настай эмээ өвөө дунжи учраас идэхэд амар гэж зутан бэлтгэдэг байх даа.

Өвлийн туйл өдөр ирэх оны ургацын төлөв байдлыг шинждэг уламжлалтай бөгөөд, түүний нэг болох "юунгари" буюу луун хагалаа гэдэг төлөг бий. Өвлийн туйлаар цаг агаар хүйтэрч, цөөрмийн ус зайрмагтан хөлдөж эхэлдэг бөгөөд зайрмагтан хөлдсөн хэлбэр төрх нь хагалсан тариан талбайг санагдуулам хэлбэртэй болдог. Үүнийг хүмүүс хараад "луу" ирээд тариан талбайг хагалж орхиж гэж ярьдаг байснаас "луун хагалаа" гэдэг болсон бөгөөд түүний хэлбэр дүрсээр ирэх жилийн ургацаа шинждэг байжээ. Хагалаа зураас нь өмнөөс хойш чиглэсэн байвал ургац сайн авна гэдэг бөгөөд баруунаас зүүн тийш чиглэсэн байвал ургац муу байх нь гэдэг байжээ. Тэгвэл хэлбэр нь хаа хамаагүй байвал юуг илтгэх вэ гэж үү? Зүгээр л өмнөх жилтэй ижил байна гэж үздэг гэнэ.

Мөн сонин содон зарим нэг уламжлалаас дурьдвал хаан шинэ оны хуанлийг энэ өдөр түшмэдүүддээ тарааж өгдөг байжээ. Танугийн үеэр дэвүүр бэлэглэдэг бол дунжигийн үеэр хуанли бэлэглэдэг уламжлалтай. Үүнийг хасондуннёг гэдэг. Хуанли дээр тухайн жилийн тариалангийн хугацаа болон сарын сайн өдрийг тэмдэглэсэн байдаг тул ард түмний амьдралд чухал хэрэгцээтэй эд байсан байна. Өнөө үед ч мөн оны сүүлээр хуанли бэлэглэдэг уламжлал үүнээс улбаатай.

Мөн Жэжү арлынхны өвөрмөц нэгэн уламжлал нь тухайн нутгийн онцлох бүтээгдэхүүн болох бэрсүүт жүржийг хаанд өргөн барьдаг байжээ. Бэрсүүт жүрж одоо элбэг болсон боловч эрт үед их ховор жимс байсан байна. Хаан нь бэрсүүт жүржийг шүтээндээ өргөж мөн албат түшмэдүүддээ хүртээдэг уламжлалтай байжээ. Мөн энэхүү гайхалтай ховор жимсийг өргөлд авсныг тохиож ээлжит бус түшмэдийн шалгалтыг явуулж, чадварлаг залуусыг шалгаруулдаг байсан ба үүнийг "хуангамжэ" гэдэг байжээ.

Сүүлийн үед дунжиг төдийлөн өргөн тэмдэглэн өнгөрүүлэхээ больсон хэдий ч улаан буурцагны зутан иддэг уламжлал нь хэвээр хадгалагдан үлдсэн байна. Энэ удаагийн өвлийн туйлаар та бүхэн ч бас улаан буурцагны зутан хийж идвэл ямар вэ? Гэтэл өвлийн туйл эрт тохиовол яах вэ?

다문이의 세시풍속 이야기

중국의 세시풍속

元宵节 : 全家人欢送春节, 开始新一年的生活
위안샤오지에 : 온 가족이 함께 춘지에를 마무리하고 새로운 생활을 시작해요

清明节 : 新春祭祖, 开始春耕
칭밍지에 : 새봄을 맞아 조상님께 감사하고 한해 농사를 지어요

端午节 : 怀念为国捐躯的诗人
뚜안우지에 : 나라를 사랑하여 목숨을 바친 시인을 함께 기려요

全家人欢送春节，开始新一年的生活

在中国，阴历正月十五是元宵节。所谓“元宵”就是一年中月亮最大的夜晚。这可能是因为那天天空中升起一年中最大最圆的月亮，所以名曰“元宵节”。元宵节是漫长春节的最后一天，是人们开始日常新生活的日子。

元宵节从两千年以前的西周开始直到今日。元宵节这天，有点花灯的习俗，这一习俗是从佛心深厚的明帝开始的。以后慢慢传向民间，形成了盛大的节日。百姓们高兴地点起色彩缤纷的花灯，有的还在灯下舞狮。一边赏花灯一边赏月，愉快地度过元宵节。

元宵节时要吃元宵，元宵也叫做“汤圆”，元宵里面有各种各样的馅，圆圆的，用糯米制成糯米团子，煮元宵或者炸元宵非常好吃。白色的元宵有黑芝麻馅的，豆馅的，核桃馅的和大枣馅的等等，许多口味。人们可以根据自己的口味来选择。那天全家人

聚在一起，吃着有团圆之意的汤圆，高兴地度过元宵佳节。

以前元宵节时，人们要在家门前进行祭祀。向门上挂着的斑鰆鱼方向祭拜，祭拜时要准备好酒、炮、豆粥等。那天晚上迎接冤屈而死的紫姑神后，还要算命。

元宵节时玩的游戏也十分多样。“放空钟”，“打尜尜”是直到现在都保留下来的具有代表性的游戏。放空钟就是玩空钟的一种游戏。空钟是用又细又薄的竹子或铁丝做成的，两侧贴着小的圆形的轮子。空钟和最近的溜溜球很像。两手抓住线，然后上下左右晃动，让空钟在线上来回移动。这就是空钟的玩法。

打尜尜，也叫打陀螺，一头尖形，而另一端为平面的，

先将鞭绳紧绕在尜尜上，一手握鞭，一手拿着尖朝下的尜尜，或将尜尜放倒在地面上，然后急速拉动鞭子，尜尜会直立在地面旋转起来。此时用鞭子连续抽尜尜，使其保持稳定、高速旋转；当其转速慢下来时，再抽上几鞭子即可。

元宵节时，虽然以前的习俗渐渐消失了，但是全家人聚在一起共度佳节的习俗依然保留着。元宵节那天人们祈求新的一年家人健康平安。

온 가족이 함께 춘지에를 마무리하고 새로운 생활을 시작해요

중국에서는 음력 정월 15일을 '위안샤오지에(元宵节)'라고 해요. '위안샤오'란 한 해의 저녁 중 가장 으뜸이라는 뜻이에요. 아마도 한 해 중 가장 크고 둥근 보름달이 떠서 이런 이름을 붙였을 거예요. 위안샤오지에는 길고 긴 춘지에(春节)가 끝나고 일상으로 돌아가 본격적으로 그 해의 새로운 생활을 시작하는 날이기도 해요.

위안샤오지에는 2천년 전부터 시작됐어요. 이날에는 밝고 화려한 등불을 밝히는 풍습이 있는데 불심이 깊은 황제가 제일 처음 시작했지요. 이후 점차 백성들에게도 전해져서 큰 명절이 되었어요. 백성들도 등불을 환하게 밝히거나 오색찬란한 등불 아래서 사자춤을 추기도 했어요. 또 밖에 나가 둥근 달을 보며 명절을 즐겼어요.

이날에는 '위안샤오(元宵)'를 만들어 먹었어요. 위안샤오는 '탕위안(汤圆)'이라고도 불리는데, 속을 넣은 둥그런 찹쌀 경단을 물에 식히거나 기름에 튀긴 음식이에요. 경단은 흰 설탕, 검은깨,

콩으로 만든 소, 호두, 대추 등을 넣고 동그랗게 빚는데 어떤 재료가 들어갔는가에 따라서 맛도 제각기 달라요. 만드는 법도 탕으로 끓인 것, 튀긴 것, 찐 것까지 여러 종류여서 입맛대로 골라 먹을 수 있어요. 이날 가족들이 모두 모여 둥글게 빚은 위안샤오를 먹는 것은 함께 모여서 즐겁게 지내자는 뜻이에요.

위안샤오지에가 되면 옛날 사람들은 대문 앞에서 제사를 지내기도 했어요. 문에 꽂은 버들가지가 가리키는 방향으로 술과 포, 콩죽을 준비해서 제사를 지냈어요.

위안샤오지에는 놀이도 다양했어요. 지금까지 남아 있는 대표적 놀이로는 '팡쿵중(放空钟)', '다가가(打尜尜)'가 있어요. 팡궁쭝은 속이 빈 종을 갖고 노는 놀이예요. 약간 가느다랗고 짧은 막대나 철사로 축을 만들고 그 양쪽 끝에 작고 둥근 바퀴 모양을 붙인 건데, 요즘 우리가 흔히 볼 수 있는 '요요'를 생각하면 돼요. 양손으로 면실을 잡은 다음 이리저리 기울이면서 중간의 바퀴가 실을 따라 미끄러지며 움직이도록 하며 놀아요.

다가가는 구슬던지기와 비슷한데 끝 부분이 뭉툭하며 약간 패어 있는 막대를 손으로 쥐고 패어 있는 부분에 조그만 쇠구슬을 올려놓은 다음, 앞에 있는 테두리 안에 던져 넣는 놀이예요.

오늘날 위안샤오지에에는 옛 풍습들이 많이 사라졌지만, 온 가족이 함께 모여 즐겁게 위안샤오를 나누어 먹는 일은 여전히 남아 있어요. 위안샤오지에는 춘지에를 지낸 후 일상생활로 복귀하기 전에, 한 해 동안 가족의 건강과 행운을 비는 날이에요.

清明节

新春祭祖，开始春耕

以前人们把一年分成二十四个节气，清明节就是其中之一。春分过后的月圆那天就是清明节，大约在阴历三月或者四月五日前后。清明有“万物复苏”之意，因此称那天为“清明节”。在韩国，人们也常常把它称作寒食节。以前，清明节是人们开始一年农耕的日子，因此具有特别的意义。

清明节也是祭祀祖先的日子。子孙们准备好好吃的东西，纸钱，香等献给祖先，用香点火烧纸供奉给祖先后，子孙们要叩拜先祖。清明祭祖的原因除了清除冬天生长出来的杂草外，还要检查墓地周围是否有狐狸或者兔子挖的洞，下雨的时候有没有被淹没。

那天在江南地区有吃和元宵相似的青团子的习俗。青团子的制作方法是先把燕麦汁放在江米粉里均匀搅拌，再把伴着麦芽糖的柔软的红豆做成馅放进团子里。青团子是祭拜祖先必备的食物。

从春秋战国时期开始，在温暖的春天，清明时节踏青的习俗保留至今。踏青以后，在一年里腿脚就会灵敏，没有疾病。去户外踏青的时候，要准备很多好吃的食物，开心快乐地郊游。因此踩春也就是“踏春”之意。

清明时玩的游戏也有和今天足球相似的蹴鞠，斗鸡等。特别是夏至时，斗鸡

的活动一直流传到现在。唐朝时，斗鸡非常流行，不仅仅是在民间，就连皇帝也十分喜爱这项活动。除此之外，还有放风筝，插鳍鱼，射鸽子等游戏。一段时间里，社会主义制度下的中国没有把清明节作为重要的节日，受到了冷落。但是，最近，中国开始重视传统节日，清明节被登录为非物质文化遗产。

칭밍지에

새봄을 맞아 조상님께 감사하고 한해 농사를 지어요

칭밍지에는 옛 사람들이 한 해를 나누는 스물네 절기 중 하나예요. 춘분이 지난 뒤 보름이 되는 날이랍니다. 음력으로는 3월이지만 양력으로는 4월 5일 전후예요.

칭밍이라는 이름은 "이 때가 되면 만물이 모두 깨끗하고 제 자리를 찾는다"는 뜻이에요. 한국의 한식과도 자주 겹친답니다. 옛 사람들은 농사를 지을 때 칭밍을 기준으로 봄 일을 시작했기 때문에 이날에 특별한 의미를 두었어요.

칭밍지에는 조상님께 성묘를 하는 날이기도 해요. 후손들이 맛있는 음식, 종이돈, 향을 준비해서 조상의 묘지에 올린 뒤, 종이돈과 향을 태우고 제사를 지내요. 칭밍에 성묘를 하는 이유는 겨울 동안 자란 풀과 나무를 베고, 조상님의 묘지에 여우나 토끼가 구멍을 파놓지는 않았는지, 비가 와서 무너지지는 않았는지 직접 가서 살펴보려는 거예요.

이날 강남 지역에서는 위안샤오와 모양이 비슷한 '칭투안쯔(青团子)'를 먹는 풍습이 있어요. 칭투안쯔는 귀리즙을 찹쌀가루와 골고루 섞어 반죽한 뒤에, 엿을 곁들인 부드러운 팥으로 소를 넣어 만든 음식이에요. 칭투안쯔는 조상님께 성묘할 때에도 반드시 준비하는 음식이에요.

칭밍은 따뜻한 봄철이라 춘추전국 시대부터 오랫동안 교외로 나들이를 가는 답청(踏青) 풍속을 유지해 오고 있어요. 답청을 하고 나면 일 년 동안 다리에 병이 나지 않는다고 해요. 야외로 나갈 때는 여러 가지 음식을 싸서 나들이를 즐기기도 했답니다. 그래서 봄을 밟는다는 뜻으로 답춘(踏春)이라고도 해요.

또 오늘날 축구와 비슷한 '축국 놀이'와 두 마리 닭을 싸우게 하는 '닭싸움'을 하기도 했어요. 특히 닭싸움은 하지(夏至)가 될 때까지 계속했다고 해요. 당나라 때에는 닭싸움이 크게 유행해서 민간뿐만 아니라 황제도 즐겼다고 합니다. 이 밖에 연날리기, 버들가지 꽂기, 활을 쏘아 비둘기 높이 날리기와 같은 놀이도 있었어요.

한동안 사회주의 중국에서는 옛 전통을 중요하게 생각하지 않았기 때문에 칭밍지에가 큰 명절로 대접받지 못했어요. 하지만 최근엔 전통 명절의 중요성을 새롭게 알게 되어 이 날을 무형문화유산으로 등록하고 공휴일로 정했답니다.

端午节

怀念为国捐躯的诗人

每年的阴历五月五号是端午节。从很早以前开始，端午节时，人们用菖蒲叶子乘酒，割艾蒿插在门上，贴上写着天帅府的护符，身上带着香包。这是因为五月的时候，蛇或者毒虫越来越多，容易产生很多危险的事情，以防止危险的发生。同时，人们还喝雄黄酒，希望消除疾病和灾祸，迎来福禄。

随着时间的流逝，端午节也被赋予了很多新的意义。其中之一就是追忆在汉朝和楚国交替时期的诗人屈原冤屈之死的。屈原在当时是位具有突出的政治外交才能的人物，但是受到了嫉妒他的坏臣子的陷害而被流放至江南。屈原通过诗歌来表达自己的冤屈，最终难忍悲愤而投江自尽，结束了自己的一生。那些喜爱尊敬追随屈原的百姓们乘着船寻找屈原的尸体，但并未找到。楚国人们担心屈原的尸体被鱼吃掉，就坐着龙船往江里扔粽子。这样做就是为了不让屈原的尸体被鱼吃掉。

端午节代表的食物是粽子，除了吃粽子外，还举行划龙舟比赛，吃粽子划龙舟是一直以来的传统。粽子是用江米做成的，里面放入打造，蘑菇和肉等，用竹子叶包好蒸着吃即可，是端午节必备的食物。那天还要喝由樱桃、桃子、桑葚和杏做成的五毒酒，这些分别代表了蛇、蟾蜍、蜈蚣、蝎子和蜥蜴这五种毒虫，也有预防毒虫的意思。

龙舟的样子和龙一样，分成龙头、腹部和尾巴三部分，长度大概有30多米。船的中间有一个长杆，挂着各自队伍的旗帜，比赛时选手们跟着鼓点的节奏划桨，最

先到达的队伍获胜。

端午节与清明节一样，一段时间内在中国没有受到重视，最近被选定为公休日。现在，中国人过中秋节也吃粽子，赛龙舟。喝雄黄酒，带香包，摘菖蒲，插艾蒿的风俗依然保留着。

나라를 사랑하여 목숨을 바친 시인을 함께 기려요

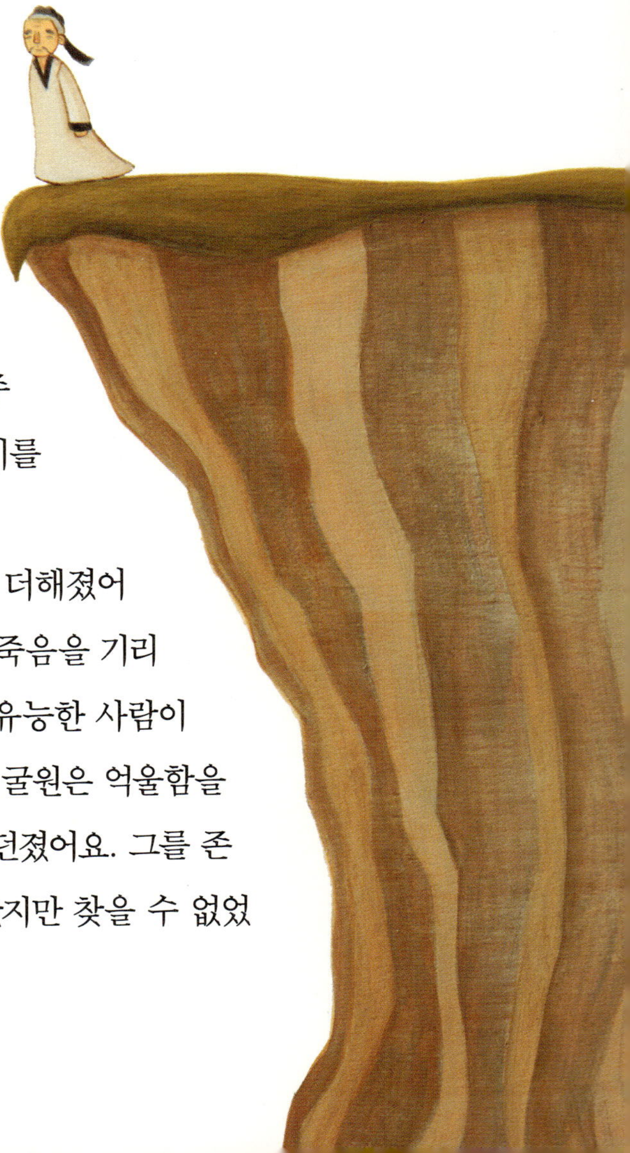

예로부터 중국 사람들은 뚜안우지에가 되면 창포로 술을 담갔어요. 또 쑥을 베어다가 문 위에 꽂고, 천사부(天师符)라는 부적을 붙이고, 몸에는 향주머니를 지니고 다녔어요. 그 이유는 5월이 되면 뱀이나 독충의 활동이 활발해져서 위험한 일이 많이 생기기 때문에 이를 막으려고 했던 거예요. 또, '시웅황주(雄黄酒)'를 마셔서 재앙과 질병을 몰아내고 복이 오기를 빌었어요.

그러다 시간이 흐르면서 뚜안우지에는 여러 의미가 더해졌어요. 그중 하나가 초(楚) 나라 시인 굴원(屈原)의 억울한 죽음을 기리는 거예요. 굴원은 정치와 외교에 뛰어난 재능을 보인 유능한 사람이었지만, 모함을 당해 강남으로 추방을 당하게 되었지요. 굴원은 억울함을 시로 표현했지만 결국 울분을 참지 못하고 강에 몸을 던졌어요. 그를 존경하고 따르던 백성들이 배를 띄워 굴원의 시신을 찾았지만 찾을 수 없었어요. 초나라 사람들은 시신을 물고기들이 훼손할까봐 용 모양으로 만든 배를 타고 '쭝쯔(粽子)'라는 음식을 만들어 강물에 던져 넣었어요. 물고기에게 밥을 주어 굴원의 시신이 먹잇감이 되지 않도록 하기 위해서였답니다.

뚜안우지에의 대표 음식인 쭝쯔와 용선(龙船) 시합도 바로 여기에서 유래한 거예요. 쭝쯔는 찹쌀 반죽에 대추, 버섯, 고기를 넣고 대나무 잎으로 싸서 찐 음식인데 뚜안우지에에 반드시 먹어요. 또 이날 앵두, 복숭아, 오디, 살구 같은 것들로 오독주를 만들어 마시기도 했는데 이는 뱀, 두꺼비, 지네, 전갈, 도마뱀으로 상징되는 다섯 가지 독충을 예방한다는 뜻이 있어요.

용선은 모양이 용과 같아서 머리, 배, 꼬리 세 부분으로 나누어지고 길이만 해도 30미터가 넘는 배예요. 배 가운데에는 장대가 세워져 있고 갖가지 색깔의 깃발이 달려 있어요. 시합은 선수들이 북장단에 맞추어 노를 저어가서 먼저 결승점에 도달하면 이기는 거예요.

뚜안우지에도 칭밍지에처럼 중국에서 한동안 별로 중요시하지 않았지만 최근에는 공휴일로 지정되었어요. 지금도 중국 사람들은 뚜안우지에가 되면 쭝쯔를 먹고 용선 경기를 해요. 또 시웅황주 마시기, 향주머니를 걸거나 갖고 다니기, 창포 꽂기, 약초 캐기와 같은 풍습도 여전히 남아 있어요.

다문이의 세시풍속 이야기

베트남의 세시풍속

Tết Đoan Ngọ : Ăn uống để ngăn chặn bệnh tật và vận xấu

뗏도안응오 : 액운과 질병을 막기 위해 먹고 마셔요

Tết Trung Nguyên : Cúng hóa vàng được gọi là món quà cho tổ tiên

뗏쭝응우옌 : 화방제사는 조상님을 위한 선물이랍니다

Tết Táo Quân : Không thể thiếu ba con cá chép

뗏따오꿘 : 잉어 세 마리가 빠지지 않아요

Tết Đoan Ngọ

Ăn uống để ngăn chặn bệnh tật và vận xấu

Ở Việt Nam ngày 5 tháng 5 âm lịch gọi là 'Tết Đoan Ngọ'. 'Đoan' nghĩa là bắt đầu, 'Ngọ' nghĩa là chính giữa trưa nên trải qua tết Đoan Ngọ có nghĩa là trải qua chính ngọ. Ngày này được cho rằng vừa là ngày lễ hội để cho những người nông dân bận rộn việc nông sẽ nghỉ ngơi một chút vừa là ngày xua đuổi vận xấu và giết sâu bọ

gây hại theo mùa. Vì vậy người ta cũng gọi Tết Đoan Ngọ là ngày giết sâu bọ.

Ở Việt Nam Tết Đoan Ngọ là thời gian mùa khô chuyển sang mùa mưa nên là thời gian bệnh tật và côn trùng dễ sinh sôi, để phòng tránh việc này đã sinh ra một số phong tục. Từ buổi sáng để phòng ngừa bệnh tật và loại trừ vi khuẩn trong người thì mọi người thường tắm rửa hoặc ăn thức ăn đặc biệt.

Theo từng khu vực để đẩy lùi ác quỷ gây ra bệnh tật thì họ làm bùa chú và cúng lễ cầu nguyện sự hạnh phúc và bình an của gia đình lên tổ tiên. Những gia đình chia nhau ăn những thức ăn đã chuẩn bị với lòng thành tâm và có một khoảng thời gian hòa hợp.

Từ xưa ngày này là ngày dương khí mạnh nhất trong năm, đặt biệt buổi sáng từ 11 giờ đến 1 giờ chiều là có thể nhận được vận khí tốt nên người dân vùng biển vào chính ngọ thường đi ra bãi tắm biển. Vì họ tin rằng qua việc tắm rửa thì có thể nhận được vận khí tốt và ngăn chặn vận xấu. Những người bác sĩ Đông y vào thời gian này cũng lên núi tìm dược thảo tốt.

Vào Tết Đoan Ngọ có thức ăn đặc trưng. Có bánh gọi là bánh tro và từ xưa có tín ngưỡng được truyền lại rằng nếu ăn thức ăn này vào Đoan Ngọ thì trong năm sẽ không bị bệnh tật gì. Bánh gio là loại bánh gọi bằng lá tre trong có nhân thịt lợn và gạp nếp chấm với đường hoặc mật ong để ăn, độ lớn cũng nhỏ nên ăn dễ dàng và tiêu hóa tốt nên nhiều người thích.

Các cô gái ngày trước Tết Đoan Ngọ, chuẩn bị gạo lên men, rượu nếp, và hoa quả bao gồm mận. Người ta truyền nhau rằng mận từ xưa có hiệu quả giết chết 'vi trùng có hại' trong cơ thể nên mận là hoa quả không thể thiếu trong Tết Đoan Ngọ. Gạo

lên men hoặc rượu nếp cũng có ý nghĩa tương tự.

Vì vậy mọi người khi vừa ngủ dậy vào buổi sáng sẽ uống rượu nếp hoặc ăn hoa quả. Ngoài ra, ở Việt Nam có nhiều loại côn trùng có thể làm thức ăn, họ coi đó là thức ăn bổ dưỡng và có những người nấu để ăn vào Tết Đoan Ngọ. Vì họ tin rằng nếu ăn cái này sẽ giết được tất cả kí sinh trùng trong cơ thể.

Ở Bắc Bộ, người ta làm thức ăn từ vịt, vì vịt là một thức ăn bổ dưỡng tốt cho cơ thể. Vì thế trước sau Tết Đoan Ngọ đi ra chợ sẽ thấy rất ồn ào bởi những người mua bán vịt sống.

Phong tục của Đoan Ngọ giống như này chủ yếu được duy trì tốt ở vùng phía Bắc nơi có bốn mùa rõ rệt và chịu ảnh hưởng nhiều từ Trung Quốc hơn là vùng phía Nam.

액운과 질병을 막기 위해 먹고 마셔요

베트남에서 음력 5월 5일은 '뗏도안응오(Tết Đoan ngọ)'라고 불러요. 이날은 농사일로 바쁜 농민들이 잠깐 쉬어가도록 만든 축제날이면서 베트남의 기후적 특성상 해충을 죽이고 나쁜 운을 제거하는 날로 여겨왔어요. 그래서 뗏도안응오를 '곤충을 죽이는 날'이라고도 부르지요.

베트남에서 뗏도안응오는 건기에서 우기로 넘어가는 시기인데 곤충이 많아지고 질병이 생기기 쉬워서 이를 예방하기 위해 여러 가지 풍습들이 생겨났어요. 아침부터 몸 안의 병균을 제거하고 질병을 예방하기 위해 목욕이나 특별한 음식들을 즐겼지요.

지역에 따라서는 병을 주는 악귀를 물리치기 위해 부적을 만들고, 조상들에게 가정의 평안과 행복을 염원하며 제사를 지내요. 가족들은 뗏도안응오의 음식을 서로 나누어 먹으며 화합하는 시간을 갖기도 해요.

예로부터 이날은 일 년 중 햇볕의 따뜻한 기운이 강한 날로, 특히 오전 11시부터 오후 1시까지 좋은 기운을 얻을 수 있다고 했어요. 그래서 해안 지방 사람들은 정확히 정오에 해수욕을 하러 갔어요. 목욕을 통해 나쁜 운을 막고 좋은 기운을 얻을 수 있다고 믿기 때문이지요. 한의사들은 이 시간에 좋은 약초들을 구하러 산을 오르기도 한답니다.

뗏도안응오에는 특별히 먹는 음식이 있어요. '바인쪼(bánh tro)'라는 것인데 이 음식을 먹어야 한 해 동안 병에 걸리지 않는다고 해요. 바인쪼는 찹쌀과 돼지고기를 대나무 잎으로 싸서 쪄낸 것으로 설탕이나 꿀과 함께 먹는데, 크기가 작아서 먹기 쉽고 소화가 잘 되기 때문에 좋아하는 사람들이 많아요.

여자들은 뗏도안응오 전날, 자두를 비롯한 과일들과 술을 준비해요. 자두와 같은 과일들은 예로부터 몸 안의 나쁜 벌레를 죽이는 데 효과가 있다고 전해져서, 여러 과일들을 많이 챙겨 먹어요. 쌀로 빚은 술도 비슷한 의미지요.

그래서 보통 사람들은 아침에 일어나자마자 쌀로 빚은 술을 마시거나 과일들을 먹어요. 또, 베트남에는 식용이 가능한 곤충들이 많은데 이것을 보양 음식으로 생각해서 뗏도안응오에 요리해 먹는 사람들도 있어요. 이것을 먹으면 몸 안에 있는 기생충을 모두 죽일 수 있다고 믿기 때문이지요. 북부 지방에서는 오리 요리를 보양 음식으로 먹기도 해요. 그래서 뗏도안응오를 전후로 시장에 가면 살아 있는 오리를 사고파는 사람들로 떠들썩해요.

뗏도안응오의 풍속은 주로 남부 지방보다는 사계절이 뚜렷하고 중국의 영향을 많이 받은 북부 지방에서 더 잘 지켜지고 있어요.

Cúng hóa vàng được gọi là món quà cho tổ tiên

Ở Việt Nam Tết Trung Nguyên là ngày lễ vào ngày 15 tháng 7 âm lịch. Được duy trì như ngày cúng lễ trong nhà, trong đền chùa hoặc là tìm đến thăm mộ của gia đình người đã mất. Từ xưa ngày này đã là ngày rất quan trọng với những người Việt Nam vốn thành tâm và suy nghĩ nhiều về tổ tiên.

Vốn dĩ Tết Trung Nguyên là cúng lễ tôn kính dâng lên thần linh trên trời nhưng ngày sau tấm lòng nhớ tới tổ tiên đã trở trên cao hơn giống như tấm lòng đối với thần linh trên trời nên đã đổi thành lễ cúng tổ tiên có cùng huyết thống. Nếu đến ngày này người Việt Nam thường thành tâm chuẩn bị thức ăn ngon để lên bàn thờ và cũng mua cả quà cho tổ tiên bày lên bàn thờ. Thức ăn thờ cúng có sự khác biệt một chúng ở mỗi gia đình, mỗi khu vực nhưng chủ yếu không thể thiếu hoa và các loại hoa quả. Mọi người mua đầy những mô hình đặt làm từ nhựa hoặc giấy như xe máy, tiền 100 đô la giả, xe ô tô, nhà làm quà, người ta gọi cái này là vàng mã. Mô hình họ lựa chọn thường là đồ vật khi mà tổ tiên còn sống họ đã không thể tặng được. Mọi người thờ cúng

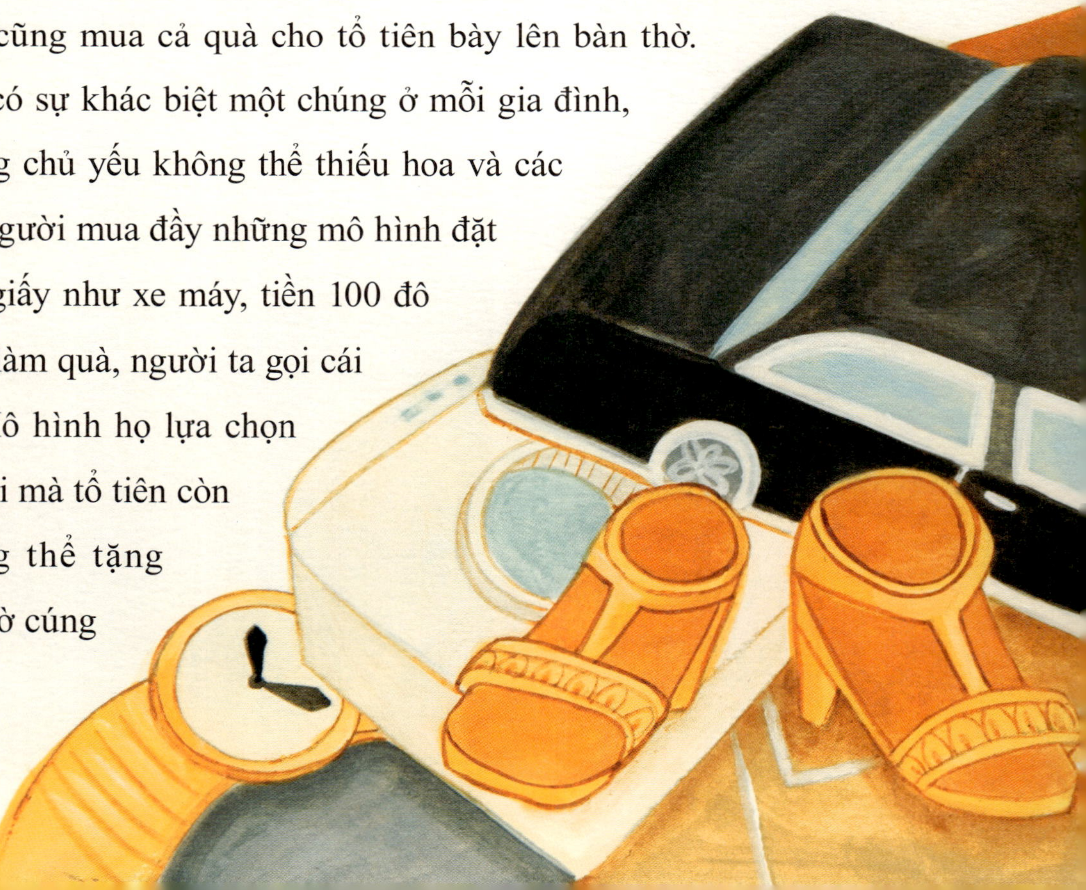

20000
10000
1000

và cầu nguyện cho con cái thành đạt và gia đình bình an.

Nếu kết thúc lễ cúng sẽ có nghi thức đốt những mô hình làm quà trong lửa. Việc này là nghi lễ quan trọng nhất của Tết Trung Nguyên gọi là 'Cúng hóa vàng'. Việc đốt mô hình trong lửa có ý nghĩa dâng lên tổ tiên những lễ vật linh thiêng. Nhưng nếu trẻ em thấy như đốt đồ chơi, có thể cảm thấy việc đó là chơi đùa với lửa thì tại sao người Việt Nam lại đốt mô hình trong lửa làm quà?

Việc này là vì cái nhìn về thế giới tâm linh của những người Việt Nam. Người Việt Nam nghĩ rằng thế giới hiện thực và thế giới của người sau khi chết có liên quan với nhau. Họ tin rằng sau khi chết đi linh hồn cứ tồn tại ở thế giới và đang sinh sống như phương thức giống như con người trong thế giới hiện tại. Vì vậy người ta dù chết rồi cũng vẫn cần tiền, cần một vài đồ vật nên họ đã đốt trong lửa dâng lên tổ tiên. Nếu vậy thì linh hồn đã chết có thể sử dụng ở cõi âm.

Nghi thức như này là sự mở rộng của đạo hiếu theo cách suy nghĩ của người Việt Nam. Vì người Việt Nam tin rằng phải chăm sóc tốt tổ tiên thì mới có thể nhận được phúc nên càng phải sống và dốc lòng thành tâm hơn nữa với tổ tiên đã mất. Vì họ nghĩ rằng giúp tổ tiên dù đã mất rồi vẫn có thể dùng được những vật mà họ khi còn sống không thể có được và việc đó sẽ giải hạn của tổ tiên nên dù giá cả có đắt đỏ thế nào thì họ cũng không do dự trong việc mua hô hình giấy trong nhà. Vì lý do này nên nếu gần đến Tết Trung Nguyên, những của hàng trên đường phố sẽ tràn đầy những mô hình đủ màu sắc tạo thành một cảnh hiếm thấy.

Nếu lễ cúng kết thúc những gia đình quay quần ngồi cùng nhau chia thức ăn để ăn. Ở Việt Nam chủ yếu thường cúng vào chính ngọ nên mọi người sẽ cùng nhau ăn trưa.

화방제사는 조상님을 위한 선물이랍니다

베트남에서 '뗏쭝응우옌(Tết Trung Nguyên)'은 음력 7월 15일에 지내는 명절이에요. 이날은 조상의 무덤을 찾아 기리거나 사원, 집안에서 제사를 지내는 날로 지켜왔어요. 예로부터 조상님을 극진히 생각하는 베트남 사람들에게 무척 중요한 날이지요.

원래 뗏쭝응우옌은 하늘의 신에게 바치는 경건한 제사였으나 훗날 조상에게 지내는 제사로 변했어요. 이날이 되면 베트남 사람들은 제사에 올릴 좋은 음식들을 정성스럽게 준비하고 조상에게 바칠 선물도 사서 제사상을 차려요. 제사 음식은 지역별로 가정마다 조금씩 차이가 있지만 각

종 과일과 꽃은 빠지지 않아요. 선물로는 집, 자동차, 오토바이, 100달러 지폐 등을 종이나 플라스틱으로 만들어 놓은 모형을 잔뜩 사는데 이것을 '방마(vàng mã)'라고 해요. 주로 조상이 생전에 해드리지 못했던 물건들을 선택하지요. 사람들은 제사를 지내며 가정의 평안과 자식들의 성공을 바라는 기도를 해요.

제사가 끝나면 선물로 바친 모형들을 불에 태우는 의식을 해요. 이것은 뗏쭝응우옌의 가장 중요한 의례인데 '꿍화방(cúng hóa vàng, 화방제사)'라고 하지요. 왜 베트남 사람들은 모형을 불에 태워 바치는 것일까요?

이것은 베트남 사람들의 특별한 내세관 때문이에요. 베트남 사람들은 현실 세상과 죽은 후의 세상이 서로 연관되어 있다고 생각해요. 사후 세계에도 영혼이 그대로 존재하여 살아 있는 사람과 똑같은 방식으로 살고 있다고 믿어요. 그래서 사람이 죽어도 돈이 필요하고, 여러 가지 물건도 필요하기 때문에 선물을 불에 태워 조상에게 바치는 거예요. 영혼이 돈과 물건을 저승에서 사용한다고 믿지요.

이런 의식은 베트남 사람들이 생각하는 효도의 연장선이에요. 베트남 사람들은 특히 조상을 잘 보살펴야 복을 받을 수 있다고 믿기 때문에 조상에게 더더욱 정성을 쏟으며 살아요. 살아서 갖지 못한 것을 죽어서라도 쓸 수 있도록 해야 조상의 한을 풀어드릴 수 있다고 생각해서 값이 비싸더라도 종이 모형을 사는 일에는 망설임이 없답니다. 이런 이유로 뗏쭝응우옌이 가까워오면 길거리 상점들은 형형색색 갖가지의 모형들로 넘쳐나는 진풍경을 이루어요.

제사가 끝나면 가족들이 모여 앉아서 음식을 나눠 먹어요. 베트남에서는 주로 제사를 정오에 지내다보니 점심을 함께 먹는답니다.

Không thể thiếu ba con cá chép

Ngày 23 tháng 12 âm lịch gọi là 'Tết Táo Quân', ngày này là ngày người Việt Nam trước khi vào năm mới cúng lễ lên thần bếp ở trong nhà. Không thể biết chính xác từ khi nào mà mà có thờ cúng thần bếp nhưng từ ngày xưa người việt nam đều tin rằng có 3 vị thần là 'Táo Quân' điều khiển việc trong nhà và giữ gìn bếp núc mỗi nhà. 'Táo Quân' nghĩa là vua của bếp quyết định phúc.

Thần bếp vừa kết thúc một năm vừa lên tìm Ngọc Hoàng Thượng Đế để báo cáo tất cả những việc phát sinh trong gia đình mình quản lý trong vòng 1 năm. Vì vậy người ta thường cúng lễ thật tình tâm để nhờ thần bếp hãy nói tốt về gia đình mình. Thần bếp của Việt Nam là một thần nữ và hai thần nam, ở đây có một truyền thuyết khá thú vị.

Ngày xưa tại một làng nọ có đôi vợ chồng tiều phu sinh sống nhưng do không có con nên ngày ngày cãi nhau. Người vợ không thể chịu nổi nên đã bỏ nhà ra đi. Người tiều phu nhận ra mình đã sai nên bỏ đi tìm vợ. Rồi một ngày nọ, người tiều phu tình cờ đã gặp lại người vợ. Hai người kiểm điểm lại những ngày qua và khóc. Nhưng người vợ giờ đã sống và trở thành vợ chồng với một người thợ săn. Tối đến, người thợ săn cầm con mồi săn được trở về nhà. Người vợ ngạc nhiên nên đã lén giấu người tiều phu vào trong đống rơm bếp.

Người thợ săn không biết gì và đã đốt đống rơm để chuẩn bị bữa tối. Người tiều phu thấy rất nóng nhưng nghĩ đến ở lập trường của người vợ sẽ bị khó xử nên đã cố chịu đựng. Người vợ thấy đống rơm cháy dữ dội thì ngạc nhiên và đã nhảy vào trong lửa để cứu người tiều phu. Người thợ săn cũng nhảy theo để cứu vợ nhưng kết cục là cả ba người cùng bất hạnh chết trong ngọn lửa. Linh hồn của họ đứng trước Ngọc Hoàng Thượng Đế cùng ngày cùng giờ nên Ngọc Hoàng nghĩ thương cho cái chết của họ và phong cho ba người làm 'Táo Quân'. Và như thế thì thần bếp đã được sinh ra.

Có đồ cúng lễ không thể thiếu trên bàn thờ cho thần bếp. Đó là hoa quả tươi, cháo, gạo nếp nấu mới thu hoạch, 3 con cá chép còn sống, mô hình giầy, mũ làm bằng giấy vàng cho thần bếp. Nếu lễ cúng kết thúc thì sẽ đốt tất cả giầy và mũ giấy vàng và việc này là việc giúp cho thần bếp lên trời. Ngoài ra những người hoàn thành lễ cúng sẽ đi ra hồ hoặc sông và thả 3 con cá chép đã cúng xuống sông. Người ta tin rằng nếu làm vậy thì cá chép sẽ hóa rồng và bay lên trời.

Cá chép là biểu tượng của sự may mắn và thể hiện phú quý đối với người Việt Nam. Việc thả lại cá chép mang ý nghĩa rằng mình đã làm việc thiện phóng sinh. Đồng thời gọi là chứa đựng tấm lòng ước nguyện vận may cho năm mới và cầu phúc.

잉어 세 마리가 빠지지 않아요

베트남에선 음력 12월 23일을 '뗏따오꿘(Tết Táo Quân)'라고 부르는데, 이날은 새해를 맞이하기 전에 집안의 부엌신에게 제사를 지내는 날이에요. 언제부터 이날을 명절로 지키게 되었는지 정확히 알 수 없지만, 옛날부터 베트남 사람들은 집집마다 부엌을 지키고 집안일을 관장하는 3명의 신인 '따오꿘(Táo Quân)'이 있다고 믿었어요. '따오꿘'은 복을 결정하는 부엌의 왕이라는 뜻이에요.

부엌신은 한 해를 마무리하면서 옥황상제를 찾아가는데, 1년 동안 자신이 관리한 집에서 일어난 일들을 모두 보고하지요. 그래서 사람들은 부엌신에게 좋은 것만 말해달라고 정성을 다해 제사를 지내요. 부엌신은 여신 한 명, 남신이 두 명인데 여기에는 재미있는 전설이 전해져요.

옛날 어느 마을에 나무꾼 부부가 살았는데 부부는 자식이 없어 자주 말다툼을 했어요. 아내는 더 이상 참지 못하고 집을 나왔어요. 나무꾼은 잘못을 뉘우치고 아내를 찾아 나섰어요. 그러다 우연히 아내를 다시 만났어요. 두 사람은 지난날을 반성하며 울었지만 아내는 이미 사냥꾼과 부부가 되어 살고 있었지요. 저녁이 되자, 사냥꾼이 사냥감을 들고 돌아왔어요. 놀란 아내는 일단 나무꾼을 몰래 부엌의 볏짚 속에 숨겼어요.

아무것도 모르는 사냥꾼은 저녁을 준비하기 위해 볏짚에 불을 붙였어요. 나무꾼은 몹시 뜨거웠지만 아내의 입장이 난처해질 것 같아 꾹 참았어요. 아내는 활활 타고 있는 볏짚을 보고 너무 놀라서 나무꾼을 구하려고 불 속으로 뛰어들었어요. 사냥꾼도 아내를 구하기 위해 같이 뛰어들었지만 세 사람은 불행하게도 함께 죽고 말았어요. 결국 그들의 영혼은 한날한시에 옥황상제 앞에 서게 되었어요. 옥황상제는 죽은 세 사람을 안타깝게 여겨 '따오꿘'으로 임명했어요. 이렇게 해서 세 명의 부엌신이 탄생하게 된 거예요.

부엌신을 위한 제사상에는 빠지지 않는 제사 용품이 있어요. 금종이 모자와 종이 신발, 살아 있는 세 마리 잉어, 새로 수확하여 찐 찹쌀, 죽, 신선한 과일들이에요. 부엌신이 세 명이니 잉어도 세 마리를 준비하는 거예요. 제사가 끝나면 금종이 모자와 신발은 모두 태우는데 이것은 부엌신이 하늘로 올라가는 것을 돕는 것이지요. 또 제사를 마친 사람들은 강가나 호숫가에 나와 제사상에 올렸던 세 마리 잉어를 강에 놓아줘요. 그러면 잉어가 용으로 변해서 하늘로 올라간다고 믿는 거지요.

베트남 사람들에게 잉어는 행운과 부귀를 상징해요. 잉어를 다시 놓아주는 것은 생명을 구해주는 착한 일을 한다는 의미를 지녀요. 동시에 복을 기원하고 다가오는 새해의 행운을 비는 마음이 담겨 있답니다.

다문이의 세시풍속 이야기

몽골의 세시풍속

Унага тамгалах өдөр : Өөрийнхөө унагыг хараал танина

망아지 인장 찍는 날 : 우리 망아지를 금방 알아보아요

Эсгий хийдэг өдөр : Өвлийн бэлтгэл ажил

에스기 만드는 날 : 겨울맞이 준비를 해요

Намрын дунд сарын 17-ны өдөр : Өнөөдөр онцгой сайн өдөр

가을 17일 : 오늘은 특별히 좋은 날이에요

Өөрийнхөө унагыг хараал танина

Монголын намрын улирал хамгийн сайхан улирал. Монголд намар болохоор малчид адуу малаа талд сул тавин тааваар нь бэлчээж эхэлдэг. Бүх айл малаа сул тавьж бэлчээдэг тул хэний мал болохыг ялгаж таних амаргүй байдаг. Тиймээс адууг нэг настай буюу унага байхад нь бие дээр нь тусгай тэмдэг тавьбал ялгаж танихад амархан болдог бөгөөд үүнийг "унага тамгалах" гэдэг. Адуу тэмээнээс бусад малыг тамгалдаггүй. Үүнээс үзэхэд монголчууд адуугаа хичнээн чухалчлан дээдэлдэг нь илэрхий байна.

"Унага тамгалах" нь монголчуудын хувьд чухал тэмдэглэлт өдөр билээ. Унаганы арьс эмзэг учраас тамгалсанаас болж шархлах нь амархан байдаг. Зуны их халуунд шарх нь сайн эдгэдэггүй болохоор унага тамгалахад намрын улирал илүү тохиромжтой байдаг. Мөн намрын улиралд мал сүрэг тарга тэвээрэг авч, тариа ногоо элбэг дэлбэг хүн малын зоо тэнийдэг. Тиймээс монголчууд намрын налгар сайхан улиралд хамгийн сайн өдрийг сонгож товлон "унага тамгалах"

найр хийдэг. Энэ нь нүүдэллэн амьдарч ирсэн монголчуудын хэдэн зууны тэртээгээс уламжлан ирсэн ёс заншлын нэг билээ.

Энэ өдөр хүмүүс өглөө эртлэн босч адуугаа хурааж гүүгээ бариад, үдийн хэрд гүүний зэлэндээ идээ будаа өргөж, зэлнийхээ дэргэд арц хүж уугиулдаг. Гүүнийхээ зэлний хажууд аргалаар гал түлж тамгаа улайсгаад унагаа тамгалдаг. Тамга нь хас, гал болон өргөстэй сарны хэлбэртэй, дугуй дотор сартай эсвэл урт сунаж тогтсон гал хэлбэртэй гэхчлэн хэлбэр дүрс болон нэр

нь хүртэл олон төрөл зүйл байдаг гэнэ.

Унага тамгалахад ойр орчмын нутгийн саахалт айлын хүмүүс бүгд ирж тусалдаг учраас энэ өдөр гэрийн эзэн тэдэнд зориулан найр хийдэг бөгөөд зочдоо “хорхог”, “айраг”-аар дайлдаг ажээ.

Унагаа тамгалж дуусаад тамгаа галд халааж гэрт байгаа хултай айрганд сойж орхидог. Гэрийн эзэн зочдоо айргаар дайлахдаа эхлээд айрганд дүрсэн тамгаа дахин сүүнд дүрээд “тамганы хишиг” хүртээж зочдын гарын алганд сүү дусаан амсуулдаг гэнэ.

Гэрийн эзэн хул аяганд айраг хийж зочдод барин “унага тамганы гурав” гэж хэлдэг ба ирсэн бүх зочдоо айраг болон амттай хоол ундаар дайлдаг. Зочид нь

хариуд нь “тамга тасам болог” гэж ерөөдөг бөгөөд энэ нь “ган төмрөөр хийсэн тамга элэгдтэл мал сүрэг нь өсөж үржих”-ийг ерөөж буй явдал гэнэ. Зочид нь айраг уухдаа заавал 3 удаа уух ёстой.

Бас нэг сонирхолтой зан үйлээс танилцуулбал, тамганы найранд ирсэн зочид айргийг ханатал ууж гэр дотор бөөлжвөл ирэх онд тухайн айлын мал төл олон болдог гэдэг гэнэ. Тиймээс зочдоо айргаар сайхан дайлж, гэрийн гадаа биш заавал гэр дотроо бөөлжүүлдэг ёстой. Найрын зочид нь айраг уун дэмбээдэж, унага уралдуулж наадлаг. Хүн бүр нэг нэг унага зүсэлж унагаа уралдуулаад өөрийнх нь зүсэлсэн унага түрүүлбэл тухайн жилдээ аз хийморьтой байна гэдэг.

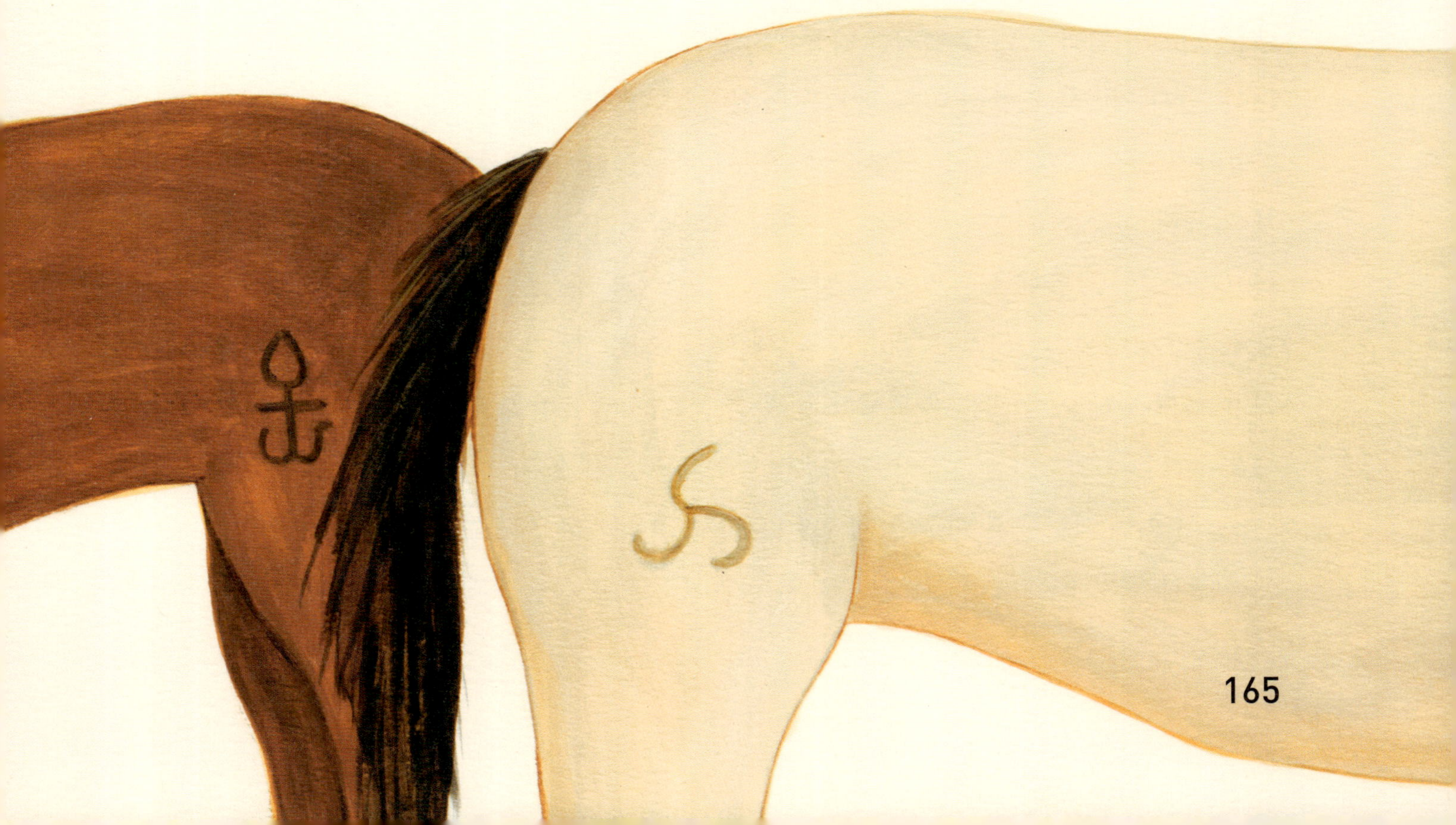

우리 망아지를 금방 알아봐요

몽골에서는 가을이 제일 좋은 계절이에요. 그래서 가을이 되면 가축들을 초원에 풀어 두어요. 맑은 가을 날씨에 가축들이 자유롭게 풀을 뜯고 뛰어놀도록 하는 거지요. 이때 모든 집에서 가축을 풀어놓기 때문에 누구네 것인지 구별하기가 쉽지 않아요. 사람들은 망아지의 몸에 특별한 표시를 해서 다른 가축들로부터 구별하는데 바로 망아지의 몸에 인장을 찍어 두는 거예요. 하지만 말과 낙타를 제외한 다른 동물에게는 인장을 찍지 않아요. 이걸 보면 몽골 사람들이 말을 얼마나 소중히 여기는지 알 수 있어요.

'망아지 인장 찍기'는 몽골 사람들이 가을에 행하는 특별 행사예요. 어린 망아지들은 피부가 약해서 인장을 찍으면 상처가 날 수 있는데, 상처가 잘 낫지 않는 여름보다는 가을이 제격이지요. 또, 가을엔 모든 가축이 살이 찌고, 곡식과 채소도 풍성해서 사람들의 마음이 풍요로워지기 때문이랍니다. 그래서 몽골 사람들은 가을 중 가장 좋은 날을 골라 '망아지 인장 찍기' 행사를 해요. 이것은 유목생활을 해 온 몽골 사람들이 몇백 년 동안 이어 온 전통 행사예요.

이날이 되면 사람들은 아침 일찍 말을 모아서 젖을 짜고, 정오쯤엔 줄로 묶어 놓은 암말 앞에서 제사를 지내요. 그리고는 그 옆에서 말린 소똥으로 불을 피워 인장을 불에 달군 뒤 어린

망아지들에게 인장을 찍어요. 인장의 모양도 卍, 火, 가시 달린 달 모양, 원 안에 달이 들어 있는 모양, 길게 위로 뻗은 불 모양 등 매우 다양하며, 또 인장 모양에 따라 이름도 모두 다르답니다.

이날에는 마을 사람들이 모두 나와 도와주기 때문에 망아지들의 주인은 마을 사람들에게 잔치를 베풀고 삶은 양고기인 '허르헉(хорхог)'과 마유주인 '아이락(айраг)'을 푸짐하게 대접해요. 행사가 끝나면 그 인장을 불에 달구어서 '게르(гэр, 전통가옥)' 안에 있는 마유주 속에 담가 두어요. 주인은 마유주에 담갔던 인장을 다시 우유에 담그고 난 후에 "탐가느 히식(тамганы хишиг, 인장에 담긴 복)"이라고 말하며, 손님들의 손바닥에 우유를 묻히고 맛을 보게 한답니다.

그리고 난 후, 주인은 몽골 전통 그릇에 마유주를 따라 손님에게 건네며, "오낙 탐가느 고랍(унага тамганы гурав, 망아지 인장은 3번)"이라고 말해요. 그러면 손님들은 마유주를 받아들며, "다막 탐가 벌럭(тамга тасам болог)"이라고 화답하는 거예요. 이것은 '단단한 쇠로 만든 인장이 닳아 없어질 정도로 가축이 많이 늘어나기를 바란다'는 축복의 말이라고 해요. 손님들은 주인에게서 받아 든 마유주를 꼭 세 번 마셔야 해요.

그런데 잔치에 온 손님들이 마유주를 실컷 마시고 나서 그 집 안에 토하면 다음 해에 그 집 안의 말이 새끼를 많이 낳는다는 미신이 있어요. 그래서 사람들은 마유주를 마시고 나서 집 밖이 아니라 그 집 안에서 토해요. 그리고 손님들은 실컷 먹고 마시면서 '뎀베(Дэмбээ-노래를 부르면서 진 사람이 마유주 마시기)' 놀이도 하고 '망아지 경주 놀이'도 해요. 각각 망아지 한 마리씩 정해서 망아지 경주를 시키고는 자기가 정한 망아지가 우승하면 한 해 운세가 좋다고 믿는 거지요.

Өвлийн бэлтгэл ажил

Монголын намрын улирал нь жилийн хамгийн зав чөлөөгүй ажил ихтэй улирал билээ. Өвлийн бэлтгэл ажлаа хангахын тулд хийх ажил их байдаг. Монголын өвөл нь бидний санаанд ч багтамгүй хахир хүйтэн байдаг учраас өвлөөс өрсөн идээ ундаа, ахуйдаа хэрэгтэй зүйлээ сайтар базаах хэрэгтэй болдог байна.

Монголчуудын өвлийн бэлтгэл ажлын нэг нь уламжлалт сууц болох гэрээ засч дулаалах ажил юм. Гэрээ өвлийн хүйтэнд дулаан байлгахын тулд бэлтгэл ажлыг сайн хийх нь хамгийн чухал байдаг. "Гэр" гэж монголын үндэсний сууцыг хэлэх бөгөөд мал аж ахуй эрхэлдэг нүүдэлчдийн амьдралд тохирсон авсаархан зөөврийн сууц билээ. Монголын тал нутгийг чимж байдаг, цагаан өнгийн майхан хэлбэрийн бөмбөгөр сууц бол гэр юм.

Гэрийг модоор хийж, дээрээс нь зузаан материалаар бүрдэг. Энэ зузаан материалыг хонины ноосоор хийдэг бөгөөд "эсгий" гэж нэрлэдэг. Эсгийгээр гэрийн модыг бүхэлд нь бүрдэг ба эсгий нь маш дулаан учир өвлийн хүйтнээс хамгаалж өгдөг. Тиймээс монголчууд өвлийн бэлтгэл ажлын нэг болох эсгий хийх ажлыг намрын улиралд хийж бэлтгэдэг.

Монголчууд намрын улиралд салхигүй тогтуун, дулаан өдөр эсгийгээ хийдэг. Гэрийн модыг бүхэлд нь эсгийгээр бүрэхийн тулд мэдээж нилээд их хэмжээний эсгий хэрэгтэй учраас энэ өдөр айл саахалтын хүмүүс болон ах дүү нар нь цуглан хонины ноосоор эсгий хийдэг. Гэрийн дотор төв хэсэгт зуухаа тавьдаг бөгөөд монголчуудын хувьд зуух ч бас мөн чухал хэрэгсэл мөн.

Эсгий хийх өдөр онцгой зан үйл үйлддэг. Эхлээд лам залж ном уншуулан "эсгий сайхан болж өвөлд өнөтэй орох"-ыг бэлгэддэг. Ламын уншсан ном нь муу зан зүйлийг зайлуулдаг гэж үздэг бөгөөд тэнгэр хангайд сүү өргөж, эсгийгээ "яснаас бөх, цаснаас цагаан болог" гэж ерөөдөг.

Их хэмжээний эсгий хийхэд хүн хүч их хэрэгтэй байдаг. Тиймээс энэ өдөр ах дүү болон айл саахалтын хүмүүс нь бүгд цуглан хамтдаа эсгийгээ хийдэг. Хүүхэд багачууд ч чадах чинээгээрээ томчуудад тусалж эсгий хийхэд гар бие оролцдог. Эсгий хийхэд эрчүүд жижиг хутга, эмэгтэйчүүд хайч хэрэглэдэг бөгөөд хутга нь малаа харж ханддаг эрчүүдийг бэлгэддэг бол хайч нь үйл урлан гэрийн ажлаа амжуулдаг эмэгтэйчүүдийг бэлгэддэг хэрэгсэл ажээ.

겨울맞이 준비를 해요

가을은 몽골에서 일 년 중 가장 바쁜 때예요. 앞으로 다가올 추운 겨울을 무사히 넘기기 위해 월동 준비를 해야 하거든요. 몽골의 겨울은 우리가 상상할 수 없을 만큼 추워서 겨울이 오기 전에 음식과 생필품을 준비해 두어야 해요.

월동 준비 중에서 가장 중요한 것은 주거지인 게르를 손보는 거예요. 겨울을 따뜻하게 보낼 수 있도록 게르를 미리 손질해 두는 것이지요. 게르는 조립식이라서 여기저기 옮겨다니는 유목민인 몽골 사람들에게 알맞고 간편한 주거 형태라고 할 수 있어요. 지금도 몽골의 초원에 가면 여기저기 납작하게 서 있는 동그랗고 하얀 천막집 게르를 볼 수 있어요.

게르의 벽은 나무를 엮어 만들어요. 이때 '에스기(эсгий)'라는 하얀 천을 게르의 벽 위에 덧씌우면 아무리 추운 겨울에도 찬바람이 집 안에 들어오는 것을 막을 수 있어요. 그래서 몽골 사람들은 가을이 되면 월동 준비의 하나로 '펠트(Эсгий:양털 천조각)'를 이어서 에스기를 만드는 거예요.

몽골 사람들은 가을 중 바람이 없고 따뜻한 날 하루를 '에스기 만드는 날'로 정해요. 게르 벽 전체를 덮어씌우기 위해서는 아주 많은 양털이 필요해서, 이날 온 가족과 동네 사람들이 모두 모여 양털을 다듬어 에스기를 만드는 거예요. 게르의 중앙에는 '쪼오흐(зуух, 난로)'를 놓는데 이것은 몽골 사람들에게 아주 중요한 살림 도구예요. 에스기로 따뜻하게 보온이 된 게르의 벽과 난로로 몽골 사람들은 추운 겨울을 아주 따뜻하게 보낼 수 있답니다.

에스기 만들기 행사는 특별한 의식으로부터 시작돼요. 사람들은 스님을 모셔 놓고 에스기를 잘 만들어 그해 겨울을 따뜻하게 날 수 있기를 기도해요. 그러면 스님은 나쁜 운을 막아주는 의미에서 주변에 우유를 뿌리며 "뼈보다 튼튼하고 눈보다 희게 되라"는 축복의 말을 해 주지요.

이날에는 양털을 손질할 일손이 많이 필요해요. 그래서 온 동네 사람들이 모여서 통째로 삶은 양고기와 아이락 등을 나누어 먹으며 축제 분위기 속에서 즐겁게 일을 하지요. 아이들도 신이 나서 여기저기 뛰어다니며 어른들의 심부름을 하고 직접 양털을 손질하기도 한답니다. 또 양털을 손질할 때 남자는 작은 칼을, 여자는 가위를 사용하는데, 칼은 가축을 돌보는 남자들을 상징하고, 가위는 집 안에서 바느질을 하며 살림을 하는 여자를 상징하는 살림도구이기 때문이에요.

Өнөөдөр онцгой сайн өдөр

Монголд намрын улирал нь цаг агаар тааламжтай сүү, цагаан идээ элбэг дэлбэг байдаг улирал юм. Монголчуудын хувьд жилийн хамгийн таатай улирал учраас хүмүүсийн сэтгэл ч тэнэгэр сайхан байдаг. Хүмүүс удахгүй ирэх өвлөөс өрсөн намрын улиралд найр наадам, чухал тэмдэглэлт үйл явдлаа тэмдэглэн өнгөрүүлдэг. Хүүхдийн даахь үргээх, хурим хийх, шинэ гэрийн найр хийх, шинэ байранд нүүж орох юмуу гэрээ засаж шинэчлэх зэрэгт зочид гийчид тасрахгүй. Гэртээ шинэ тавилга хэрэгсэл авах, шинэ бизнес эхлүүлэх зэргээр айл гэр бүр чухал үйл явдлаа тэмдэглэн өнгөрүүлдэг.

Монголын намрын улиралд онцгой “сайн өдөр” гэж байдаг. Үүнийг бид “азтай сайн өдөр” гэдэг бол монголчуудад энэ сайн өдөр нь “Намрын дунд сарын арван долооны өдөр” юм. Энэ өдөр аргын тооллын 9-р сарын 20-ноос 10-р сарын эхэн үе орчимд таардаг.

Энэ өдөр нь өлзийтэй сайн өдөр учраас хийсэн үйл бүхэн сэтгэлчлэн бүтдэг өдөр гэнэ. Хурим хийхэд сайн төдийгүй энэ өдөр төрсөн хүүхэд өсч том болоод улс эх орондоо нэртэй хүн болно гэдэг. Монголд залуу хосууд энэ “өлзийтэй сайн өдөр” хурим найраа

хийдэг нь үүнтэй холбоотой гэнэ. Мөн энэ өдөр энх амгалан, элбэг хангалуун байх өдөр тул сайн хүнтэй учрах, хөрөнгө мөнгө оруулах, шинэ ажил эхлэх, хийсэн ажлаа дуусгах, шинэ зүйл сэдэж олох зэрэгт сайн байдаг гэнэ.

Монголын Занабазар гэдэг их ном эрдэмтэй лам хүн “Намрын дунд сарын 17-ны өдөр бол гариг эрхэс эрхшээсэн ховор сайн өдөр тул энэ өдөр буддын шашны номлодог арван цагаан буяныг үйлдвэл зохино” гэж айлджээ. Тиймээс монголчууд жилийн хамгийн сайхан улирал болох намрын улирлын хамгийн сайн өдөр болох энэ “Намрын дунд сарын 17-ны өдөр” гэр бүлийн чанартай ихэнх найраа тэмдэглэдэг. Энэ өдрийг хүлээн айл гэр чухал тэмдэглэлт үйл явдлаа нэг дор энэ сайн өдөрт тааруулан хийх нь ч бас байдаг.

Бүр нэг айлын олон тэмдэглэлт үйл явдлаа энэ өдөр нэг дор хийх нь байдаг. Жишээлбэл: айлын том хүү нь шинэ байранд орж, охин нь гэрлэж, бага хүү нь шинэ ажил эхлүүлж байгааг тэмдэглэдэг гэсэн үг. Тиймээс энэ сайн өдрийг хот хөдөөгүй бүх хүмүүс найр наадамд оролцон хөл хөдөлгөөнтэй, хөгжөөн баясгалантайгаар тэмдэглэн өнгөрүүлдэг байна.

Эдгээр найр хуримд монголчууд голдуу үндэсний дээл хувцасаараа гоёж очдог. Найрын ширээнд хонины бүхэл махыг чанаж болгон тавьдаг ба том тавганд гурилаар хийсэн өвөрмөц хэлбэртэй боовыг өрж тавиад төрөл бүрийн цагаан идээгээр чимж, хажууд нь чихэр жимс, янз бүрийн ногоогоор хийсэн зууш болон монгол үндэсний хоол болох буузыг тавьдаг. Үүнээс гадна гүүний саамыг исгэж хийсэн хүний эрүүл мэндэд нэн тустай “айраг” хэмээх өвөрмөц ундааг заавал тавьсан байх ёстой гэдэг.

Сүүлийн үед төр засгаас энэхүү "Намрын дунд сарын 17-ны өдөр" улс орны томоохон үйл явдлыг ч тэмдэглэдэг болсон байна. 2009 оноос эхлэн Улаанбаатар хотын Иргэдийн төлөөлөгчдийн хурлаас Богдхан уулын төрийн тахилгыг "Намрын дунд сарын 17"-ны өдөр хийж байхаар тогтоол гаргасан байна.

가을 17일

오늘은 특별히 좋은 날이에요

몽골의 가을은 날씨도 좋고 유제품과 아이락이 풍족하게 생산되는 시기예요. 또한 몽골 사람들이 1년 중 가장 여유롭고 평화로운 시간을 보내는 때이기도 하지요. 그래서 사람들은 곧 들이닥칠 추운 겨울이 오기 전에 다양한 행사를 치르면서 가을을 마음껏 즐겨요. 아이들의 배냇머리 깎는 의식을 하거나, 결혼식을 하고 신혼 게르를 지으며, 새 집으로 이사를 하든가 집을 깨끗이 손질하여 사람들을 초대하기도 해요. 또 집안에 새 가구를 들여오고, 새로운 사업을 시작하는 등 집집마다 큰 행사가 이어져요.

이런 몽골의 가을 중에서도 특히 좋은 날이 있어요. 한국은 좋은 날을 '길일'이라고 부르지만 몽골 사람들은 이날을 '가을 17일'이라고 말해요. 양력으로는 보통 9월 20일경에서 10월 초 사이에 있어요.

'가을 17일'은 특히 운이 좋고 복이 많은 날이래요. 그래서 사람들은 결혼식 날짜로 정하고 싶어해요. 또 이날 태어난 아기는 장차 큰 인물이 될 거라고 믿기도 하지요. 이 밖에도 '가을 17일'은 평화롭고 풍요로우며 일이 술술 잘 풀리는 날이라고 하여 사람들은 이날에 맞추어 새로운 사업을 시작하기도 하고 투자를 하거나 하던 일을 잘 마무리한다고 해요.

몽골에서 아주 유명한 자나바자르 스님도 '가을 17'일은 행성이 지배하는 귀한 날이니, 이날 장수를 비는 제사를 지내고 불교에서 가르치는 열 가지 자선을 베풀라고 했대요. 그래서 가장 좋은 계절인 가을 중에서도, 가장 좋은 날인 '가을 17일'에 맞추어 집안의 중요한 행사를 해요. 그래서 몽골 사람들은 모든 중요한 행사를 미루어 놨다가 '가을17일'에 맞추어 한꺼번에 치른 답니다. 집집마다 다양한 행사를 하는 이유가 바로 여기에 있어요.

심지어 한 집안에서도 여러 가지 행사를 한답니다. 예를 들어, 한 가족 중에서도 맏아들은 새 집으로 이사를 하고, 딸은 결혼을 하며, 막내아들은 새로운 사업을 벌이는 거예요. 그래서 이날엔 도시 전체에 일손이 달리고 모든 사람들이 정신없이 바쁘게 여기저기 뛰어다녀요. 그렇지만 즐거운 마음으로 하루를 보내요.

'가을 17일'에는 사람들이 몽골의 전통의상인 델(дээл)을 입고 행사 잔치에 참석해요. 잔칫상에는 양고기를 통째로 삶은 전통 음식을 놓고 큰 쟁반에 밀가루로 만든 특이한 모양의 빵을 쌓아 올린 후 각종 유제품으로 장식을 해요. 또 과일과 사탕도 올리고, 각종 채소로 만든 샐러드와 '보즈(бууз:양고기 만두)'를 올려놓아요. 그 외에도 말젖을 발효시켜 만든 건강 음료 '아이락(айраг)'을 빼 놓지 않아요.

요즘에는 정부에서도 '가을 17일'에 맞추어 국가의 큰 행사를 해요. 특히 2009년부터 울란바토르 시의회에서는 벅드 산에서 올리는 국가의 제사를 이날에 맞추어 지내기로 결정을 했어요.

절기별 세시풍속 소개

뗏트엉응우옌 (Tết Thượng Nguyên)

음력 1월 15일로, 한 해의 첫 번째 만월을 축하하는 날로 한국의 정월대보름에 해당해요. 잠탕젱(Rằm tháng Giêng) 혹은 뗏응우옌띠에우(Tết Nguyên Tiêu)라고도 불리지요. 베트남 사람들은 절에 가서 석가모니의 영혼을 기리기 위해 불공을 드리기도 하고, 각 가정에서는 조상에게 제사를 지내며 일 년의 풍작을 기원해요.

뗏한특(Tết Hàn Thực)

음력 3월 3일로 이날은 한국의 한식에 해당하지요. 중국이나 한국에서는 불로 만들지 않은 찬 음식을 먹는 풍속을 지키고 있지만 베트남 사람들은 바인쪼이(bánh trôi) 또는 바인짜이(bánh chay)를 먹으며 조상에 대한 제사만을 지내는 날이에요.

칭기즈 칸 대제일

음력 3월말부터~4월 중순(주로 3월 21일)에 칭기즈 칸을 추모하는 제사예요. 옛날에는 오르도스지방에 있는 에젠호로에서 성대한 제사를 올렸는데 이때 쯤 되면 에젠호로 주변의 초원이 각지에서 몰려든 참배객들로 인산인해를 이루고 그들이 세운 겔이 숲처럼 이어져 있었다는 기록이 있어요.

1월

2월

3월

제1차 대법회

음력 정월 15일~30일 사이에 각지에서 사람들이 사원으로 모여와서 예불을 올리고 보시를 바치는 행사랍니다. 사람들은 사원 근처에 천막을 치고 며칠 동안 머물면서 기도를 하고 라마승을 도와 사원을 정결히 청소하는 등 경건한 마음으로 새해를 맞이합니다.

중화절

음력 2월 1일로 농사철이 시작되는 때를 기념하는 날이에요. 이날 나라에서 자를 만들어 신하들에게 나누어 주었는데 이것을 중화척이라고 해요. 중화척은 농사를 권장하기 위해서 나누어 주었다고 해요.

리춘(立春)

한 해의 24절기 가운데 가장 먼저 오는 절기입니다. 새 봄을 맞이하는 절기로 한해의 시작을 뜻합니다. 봄밥(春饭)을 먹고 춘련(春联)을 대문 앞에 걸어서 봄을 축하하면서 그 기운을 함께 누립니다.

뗏타인민(Tết Thanh Minh)

음력 4월 5일로 24절기 중 청명에 해당하는 날이에요. 특히 베트남의 북부 지방에서는 하늘이 가장 맑은 때로, 각 가정에서는 조상의 묘를 찾아가 가꾸는 일을 해요. 젊은 남녀들은 봄나들이를 가서 풀 밟기를 즐겨 하며 건강을 지키기도 하지요.

석가모니 탄신일

음력 4월 8일로 석가모니가 탄생한 날이에요.

제2차 대법회

음력 4월 1일~15일에 석가모니의 탄생일을 기념하기 위하여 법회를 열어요. 날씨가 따뜻하기 때문에 제1차 대법회보다 더 많은 사람들이 모여들어 기도를 한답니다.
또한 음력 4월은 말의 갈기를 깎아주는 계절이에요. 그리고 두 살 난 숫망아지가 종마의 자격이 있는가 없는가를 조사하여 종마의 자격이 없는 숫망아지들은 모두 거세시킨 후 승용마로 삼는다고 해요.

한식

한식은 어느 해나 청명절(清明節) 바로 다음날이거나 같은 날로, 양력 4월 5, 6일쯤인데 나무심기에 알맞은 시기예요. 우리나라에서 4월 5일을 식목일로 정하여 나무를 심는 이유도 여기에 있어요. 이날은 바람이 많이 불어서 불을 금하고 찬밥을 먹는 날이기도 하지요.

4월

5월

6월

가축 번식 기원 제사

음력 5월초에 열리는 행사예요. 이때 관리들은 1년 동안의 정무나 재정, 세수, 인원조달 등을 논의한 뒤 오보를 수호하는 신령에게 제사를 올리고, 일반 사람들은 겨울동안 가축이 얼마나 폐사되고 또 여름동안 가축이 얼마나 늘었는지를 조사하며 가축의 번성을 기원하는 제사를 지낸다고 해요.

유두

음력 6월 15일로 유둣날이라고 해요. 이날은 일가 친지들이 계곡이나 폭포에 가서 머리를 감고 몸을 씻는 날이에요. 그리고 준비한 음식을 먹으면서 시원하게 하루를 지냈어요. 이렇게 하면 여름에 질병에 걸리지 않고 더위도 먹지 않는대요.

망종(芒种)

망종은 보리와 같은 농작물이 잘 자라서 서둘러 거둬야 하는 절기이자 여름에 심어야 하는 농작물은 또 씨를 뿌려야 하고, 봄에 심어놓은 농작물은 잘 보살펴야 합니다. 그래서 농사일 때문에 매우 바쁜 시기입니다.

칠석

음력 7월 7일로 옷과 책을 햇볕에 말리는 풍습이 있어요. 칠석날에는 수명신(壽命神)으로 알려진 북두칠성에게 수명장수를 기원해요. 이 날 각 가정에서는 주부가 밀전병과 햇과일 등 제물을 차려놓고 고사를 지내거나 장독대 위에 정화수를 떠놓고 가족의 무병장수와 집안의 평안을 빌지요.

하계법회

음력 7월에 열리는 행사예요. 법회가 끝날 때에는 종교가면무용극을 연다고 합니다. 이 가면무용극의 내용은 민족고유의 샤마니즘을 지키려고 했던 랑다르마가 불교를 탄압하자 불교의 고승이 불법을 사용하여 악마를 소멸시키고 다시 평화로운 세상을 건설했다는 것이에요. 가면무용극에서 각종 탈을 쓴 라마승들이 불교의 음악이 울려 퍼지는 가운데 춤추는 모습이 일대 장관이라고 하지요.

충양지에(重阳节)

양(陽)의 숫자 9가 두 번 겹친다고 해서 충양지에라는 이름이 생겨났습니다. 중국 사람들은 9를 최고의 숫자로 여겼기 때문입니다. 이날에는 높은 곳에 올라 국화로 만든 술을 마시는 풍습이 있습니다.

뗏쭝끄우(Tết Trùng Cửu)

음력 9월 9일에 해당되는 날이에요. 베트남에서는 이날 문인이나 작가들이 산에 올라가서 술을 마시며 시를 쓰는 풍습이 이어져 내려오고 있답니다.

7월 8월 9월

다를라카 의식(Даллага авхуулах)

음력 8월에 열리는 행사예요. 이것은 "복을 부른다"는 뜻을 지닌 의식이라고 합니다. 한 해의 풍요로움에 대한 감사의식이면서 동시에 이듬해의 풍요를 기원하는 의미가 있다고 해요. 또한 온 가족이 모여 "말젖술의 향연"이란 잔치를 했는데 이것은 말젖술을 마시면서 노래를 주고받는 연회라고 합니다.

★ 뗏쏭텁(Tết Song thập)

음력 10월 10일로 베트남 사람들은 이날을 '약사의 날'이라고도 불러요. 각종 약재가 이날부터 음양의 기운을 얻어 좋게 자란다고 믿기 때문이지요. 농촌에서는 찹쌀떡의 일종인 바인저이(bánh dày)와 녹두로 만든 케이크인 째코(chè kho)를 만들어 제사를 지내고 친척들과 함께 나누어 먹는답니다.

★ 뗏하응우옌(Tết Hạ Nguyên) 혹은 뗏껌머이(Tết Cơm mới)

베트남 사람들이 음력 10월 15일 또는 10월 31일을 선택하여 2모작 벼를 추수한 햅쌀로 밥을 지어먹는 날로, 고산지대 소수민족들에 의해 지켜지는 전통 축제 중 하나예요. 농사의 신에게 새로 수확한 쌀과 산비둘기, 홍시 등을 바치고 제사를 지내는 중요한 날이지요.

10월 11월 12월

둥즈(冬至)

둥즈는 겨울이 가장 힘이 센 날입니다. 중국 사람들은 이날 우리의 만둣국과 비슷한 훈툰(馄饨)을 먹는 풍습이 있습니다. 훈툰을 먹으면 귀가 얼지 않는다는 믿음이 있기 때문입니다. 새벽에는 대청과 우물, 부뚜막에 제사를 지내기도 합니다.

제화의식

음력 12월 16일에 열리는 행사예요. 몽골 사람들은 집안의 중요한 물건인 큰 화로 안에 통나무 조각들을 차곡차곡 쌓은 뒤 그 위에 양이 그려진 백지를 놓고 다시 백지 위에 각종 차강이데와 사탕류 및 오색의 비단실을 얹어 불태우는 의식을 한다고 해요. 불길이 훨훨 타오르면 사람들은 오른쪽 무릎을 꿇고 예를 올린다고 합니다. 몽골인들에게 불은 '정화'를, 불길은 '복'을 그리고 훨훨 타오르는 불꽃은 가계의 번영을 의미한다고 하지요.

비퉁(битүүн)

몽골의 설날인 차강사르의 하루 전 날 하는 행사예요. 이날에는 한 해 동안의 나쁜 기운을 없애고 새해의 좋은 기운을 받을 준비를 하는 의미로 집안 청소를 깨끗이 하고 사람들과 화해하면서 한 해를 마무리한답니다. 또한 조상에 대한 예를 올리며 아이들에게는 선물을 주어요. 그리고 온 가족이 모여 새 옷으로 갈아입고 겔에 안치된 불단을 향해 경배한 다음 부모나 형제들에게 그 동안의 자비와 도움에 감사하다는 말들을 주고 받은 후 저녁 식사를 함께 한다고 합니다. 저녁 식사로 양 한 마리를 통째로 먹는 풍습이 있어요.

집필진

양민정(집필 책임자)
한국외국어대학교 다문화교육원 원장, 한국어교육과 교수

채호석(한국어)
한국외국어대학교 한국어교육과 교수

임대근(중국어)
한국외국어대학교 중국어통번역학과 교수

김종욱(베트남어)
청운대학교 베트남학과 교수

Otgontsetseg Damdinsuren(몽골어)
한국외국어대학교 몽골어과 교수

다문이의 세시풍속 이야기

초판 인쇄 | 2013년 12월 24일
초판 발행 | 2013년 12월 30일
집필진 | 양민정 외
그　림 | 이남지
발행인 | 박　철
발행처 | 한국외국어대학교 출판부
130-791 서울특별시 동대문구 이문로 107
전화: 02-2173-2495~7
팩스: 02-2173-3363
홈페이지: http://press.hufs.ac.kr
전자우편: press@hufs.ac.kr
출판등록 | 제6-6호(1969. 4. 30)
편집·디자인 | (주)이환디앤비　02-2254-4301
인쇄·제본 | 네오프린텍(주)　02-718-3111

ISBN 978-89-7464-900-5　03380　정가 15,000원
*잘못된 책은 교환하여 드립니다.

HUEBOOKS는 한국외국어대학교출판부의 인문학도서 Sub Brand이다. 한국외대의 영문명인 HUFS, 사람을 위하는 Humanism, 교육의 Education, 색조의 Hue의 다의적인 뜻으로 해석할 수 있으며, 인문학도서 출판에 대한 의지가 담겨있다.